# विरंगुळा

### द. मा. मिरासदार

मेहता पब्लिशिंग हाऊस

**VIRANGULA** by D. M. MIRASDAR

**विरंगुळा : द. मा. मिरासदार / विनोदी कथासंग्रह**

द. मा. मिरासदार

प्रकाशक : सुनील अनिल मेहता, मेहता पब्लिशिंग हाऊस,
१९४१, सदाशिव पेठ, माडीवाले कॉलनी, पुणे ४११०३०.

अक्षरजुळणी : इफेक्ट्स, २१/६ब, आयडिअल कॉलनी, कोथरूड, पुणे - ३८.

मुखपृष्ठ : शि. द. फडणीस

प्रकाशनकाल : प्रथमावृत्ती, १९६१ / १९८१ / १९९० /
मेहता पब्लिशिंग हाऊस, पुणे यांची चौथी आवृत्ती : मार्च, २०११ /
सप्टेंबर, २०११ / सप्टेंबर, २०१२ / डिसेंबर, २०१३ /
मार्च, २०१६ / पुनर्मुद्रण : डिसेंबर, २०१८

P Book ISBN 9788184982169

E Book ISBN 9788184989731

E Books available on : play.google.com/store/books
www.amazon.in/b?node=15513892031

प्राध्यापक विद्याधर पुंडलीक
यांसी

लेखक असूनही
आम्हा दोघांची मैत्री अजून शाबूत आहे.

# अनुक्रमणिका

# विरंगुळा

संध्याकाळ झाली आणि कोर्ट सुटले तसे तात्या हळूहळू घरी आले. नुसतेच पुढे केलेले दार त्यांनी ढकलले. आत पाऊल टाकल्यावर सवयीने ते एकदम उजवीकडे वळले. त्याबरोबर जमिनीवरच्या सतरंजीच्या छिद्रात त्यांचा अंगठा अडकला आणि रोजच्याप्रमाणे आजही त्यांना ठेच लागली. या हिसक्याने सबंध सतरंजी गोळा झाली. खाली दडपलेला धुरळा एकदम उसळला. तात्यांच्या नाकात गेला. जरा ठसकत ते कोपऱ्याजवळच्या टेबलापाशी गेले. लकालका मागे-पुढे हलणारी खुर्ची त्यांनी बेताने पुढे ओढली. तिच्यात बसून ते स्वस्थ पडून राहिले.

घटकाभराने तात्यांनी आखडलेले पाय पुढे ताणले. पाठ खाली घसरून थोडा विसावा घेण्याचा प्रयत्न केला; पण कमरेला रग लागू लागली तसे ते पुन्हा ताठ झाले. दोन्ही हातांची कोपरे त्यांनी टेबलावर टेकवली. त्यावर आपले शिणलेले मस्तक ठेवले. डोळे मिटले.

मग थकलेल्या शरीराने ते कितीतरी वेळ तसेच पडून राहिले.

आत स्वैपाकघरात स्टोव्ह फरफरत होता. मधूनमधून भांडी वाजत होती. कुणीतरी मूल रडत होते. या सगळ्या आवाजातून बायकोचे खेकसणे स्वच्छ उमटत होते. हे सर्व सूर रोजच्या ओळखीचे होते. घरी परत आल्यावर न चुकता कानावर पडणारे होते. तात्यांना त्यांची सवय झाली होती, इतकी की संध्याकाळचा विशिष्ट वेळेचाच तो स्वाभाविक आवाज आहे, असे त्यांना मनोमन वाटत असे. हा आवाज ऐकू आला आणि त्यांची खात्री पटली – संध्याकाळचे सहा-साडेसहा झाले आहेत. आपण आपल्या घरी परत आलो आहोत. आता आठ वाजेपर्यंत असेच पडून राहायचे. थोड्या वेळाने चहा घेऊन बायको येईल आणि काही कर्मकटकटी सांगेल. हे नाही, ते नाही; हे आणा, ते आणा. मग आपला दहा-बारा वर्षांचा पोरगा येईल. कशासाठी तरी पैसे मागेल. आपण त्याची खोटी समजूत काढू. यापेक्षा वेगळे काय घडायचे?....

एकदा डोळे उघडावेसे वाटले; पण तात्यांनी उघडले नाहीत. ते तसेच पडून

राहिले. डोळे मिटले म्हणजेच बरे वाटते. थकलेला देह कुरकुर करीत नाही. डोक्याची भणभण कमी होते. थोडासा विसावा मिळतो. कसे शांत वाटते.

पाच-दहा मिनिटांनी टेबलावर पिचका आवाज झाला. तात्यांनी सवयीने ओळखले – चहा आला.

तात्यांनी डोळे उघडले. हळूहळू वर पाहिले.

ओला हात पदराला पुशीत बायको उभी होती. तात्यांनी तिच्याकडे दृष्टी टाकल्यावर तिने हसण्याचा प्रयत्न केला. दमून गेलेल्या सुरात सांगितले,

''चहा ठेवलाय बरं का!''

''अं? हां, हां –''

तात्या हळूहळू सरळ बसले. कुठेतरी उगीचच पाहत राहिले. मग उजव्या हाताने टेबलावरचा सबंध कप चाचपला. त्यातल्या त्यात न पोळणारा भाग मुठीत धरून कप बशीत आडवा केला. बशीतल्या चहाचे सावकाश घुटके घेतले. थकलेल्या डोळ्यांनी ते नुसतेच बायकोकडे बघत राहिले.

बशीभर चहा पोटात गेल्यावर जरा बरे वाटले. अगदी खोल आवाजात त्यांनी प्रश्न विचारला, ''कोण रडतंय गं आत?''

दोन्ही हात पाठीमागे जुळवून, भिंतीला टेकवून बायको तशीच उभी राहिली होती. ती म्हणाली,

''प्रभ्या.''

''का?''

''त्याला लाडू पाहिजे.''

तात्यांनी पुढचा प्रश्न विचारला नाही. उत्तर माहीत असलेला प्रश्न कशाला विचारायचा?

एक सुस्कारा सोडून त्यांनी जरा दम घेतला. राहिलेला चहा हळूहळू संपविला. बोटाची पेरे उगीचच टेबलावर वाजविली.

''नारायण कुठे गेलाय?''

''खेळतोय बाहेर. असेल इकडंतिकडं कुठेतरी.''

''होय का?''

बायकोने रिकामी कपबशी हातात घेतली.

''कोळसे संपलेत बरं का. उद्या अगदी नाहीत. निदान सक्काळच्याला आणायलाच पाहिजेत.''

तात्यांनी निमूटपणे मान हलवली. बोलणे समजले अशा अर्थाने. तोंडाने त्यांनी होय-नाही काहीच सांगितले नाही. बायको निघून गेली तरी ते तसेच मुकाट्याने खुर्चीत बसून राहिले. टेबलावर बोटे वाजविण्याचा चाळा करीत त्यांनी पुन्हा डोळे

मिटले. चला, बायकोचा प्रवेश संपला. आता मुलगा –

थोड्या वेळाने दार एकदम खडखडले. डोळे उघडले.

दहा-अकरा वर्षांचा नारायण पळतपळत टेबलाजवळ आला. टेबलाच्या कडेला दोन्ही कोपरे रोवून लोंबकळला. धापा टाकीत म्हणाला,

"तात्या, तात्या –"

पण त्याला अशी जोरात धाप लागली होती की त्याच्या तोंडून शब्दच फुटेना. तात्या त्रासिक सुरात म्हणाले,

"अरे, हो हो हो! किती पळतोस? जरा सावकाश थोडं."

धाप कमी झाल्यावर नारायणाने विचारले,

"तात्या, आमच्या शाळेची ट्रीप जायचीय –"

"हो का? छान!"

"वर्गणी फक्त तीन रुपये –"

"अरे वा!"

"जाऊ मी? मास्तर म्हणाले, उद्या सकाळच्याला शाळेत घेऊन या पैशे." तात्यांनी नुसतीच मान डोलविली. होय नाही अन् नाहीही नाही.

नारायण फुरंगटला. रुसल्यासारखा आवाज काढून म्हणाला,

"असं काय हो तात्या? तुम्ही नेहमीच असंच करता. देत नाही अन् काही नाही."

"बरं बरं. देऊ उद्या."

"हो! देत नाही अन् काही नाही तुम्ही. नुसतं म्हणता. मागच्या महिन्याची फीच दिली नाही अजून."

"नाही नाही. नक्की द्यायचे आता."

"उद्या नको. आत्ताच देऊन ठेवा. सकाळच्याला शाळा आहे."

"बरं बरं, देऊ. जा, पण."

तात्यांनी समजूत घातली तसे ते पोरगे पुन्हा पळाले. फाटकी चड्डी सावरीत खेळायला गेले. त्याच्याकडे बघत तात्या उदास होऊन बसून राहिले. न बोलता न हलता खुर्चीतच बसून राहिले. त्यांचे डोळे पुन्हा जड झाले. डोके भणभणू लागले. सबंध दिवसभर लिहून लिहून शिणलेली बोटे शिवशिवू लागली. अंग जडजड झाले. कधीकाळी या खुर्चीतून आपल्याला उठता येईल, असे त्यांना वाटेच ना.

चांगला अंधार पडला. बाहेर दिवे लागले. घरात कंदील लागला. कोनाड्यातली मिणमिणती चिमणी पेटली. रस्त्यावरून येणारे लोकांचे हसणे-खिदळणे कानावर एकसारखे पडू लागले. घरात पोरांची रडारड सुरू झाली तरी तात्या खुर्चीत बसूनच होते. त्यांचे डोळे अजूनही दुखतच होते. डोके भणभणतच होते.

मग अवचित बाहेरून अनोळखी सुरात हाक ऐकू आली,

"तात्या, अहो तात्या–"

तात्यांनी डोळे उघडले. इकडेतिकडे पाहिले.

"कोण आहे?"

"मी देशपांडे. तात्या कुळकर्णी आहेत का घरात?" असे विचारीत देशपांडे आतच आले. दारापाशीच उभे राहिले.

तात्यांनी त्यांना ओळखले. हे देशपांडे, नाही का? मामलेदार कचेरीतले. तशी आपली बेताबाताची ओळख आहे. पण रस्त्यात भेटले तर नमस्कार करण्यापुरती. घरी येण्याइतकी नाही. आज या गृहस्थांचे आपल्याकडे काय काम निघाले बरे?

"या हो या. काही विशेष?"

"विशेष म्हणजे –" असे म्हणत देशपांडे जरा थांबले. मग थोड्या वेळाने हलक्या आवाजात म्हणाले,

"आमचे फडणीस भाऊसाहेब –"

"बरं, बरं –"

"त्यांचे वडील गेले."

तात्या भाऊसाहेबांना दुरून ओळखत होते. तरी पण ते एकदम ताठ होऊन खुर्चीत बसले. मोठ्यांदा म्हणाले,

"असं? केव्हा?"

"आत्ताच – झाला तास-दीड तास."

"कशानं हो?"

देशपांड्यांनी 'चालायचंच' अशा अर्थानं हात उडविले.

"म्हातारपण. दुसरं काय?"

"मग बरोबर."

"गृहस्थ इथं नवीन. ओळखीपाळखी नाहीत, काही नाहीत. माणसं मिळणं जरा...."

तात्या आश्चर्यानं म्हणाले,

"का बुवा? कचेरीतली –"

"नाही, तशी माणसे आहेत. पण माहितगार नाहीत कुणी. तुमचे जोशी वकीलसाहेब म्हणाले, तात्यांना बोलवा. म्हणजे काळजी नाही."

तात्या एकदम उठून उभेच राहिले. त्यांचे डोळे चमकले. अंगात एकाएकी कुठून जोम आल्यासारखे त्यांना वाटले. मघाशी खोलवर गेलेला आवाज शेंदून काढल्यासारखा वर आला. गडबडीने ते म्हणाले,

"हो, हो. चला ना! अशा कामाला कधी नाही नसतं आपलं. काळजी

करायचं कारण नाही.''

''बरं झालं. मग येताय तुम्ही –''

''तुम्ही व्हा पुढं. मागोमाग आलोच म्हणून समजा. पुढचं बघतो मी.''

''ठीक आहे.''

देशपांडे निघून गेले आणि तात्यांची लगबग सुरू झाली. भराभरा आत जाऊन त्यांनी हातपाय धुतले. तोंड धुतले. स्वतःच हाताने ताटपाट करून त्यांनी बायकोला भराभरा वाढायला सांगितले. 'हे तुमचं नेहमीचं आहे!' असे बडबडत बायकोने ताट वाढले. तिकडे दुर्लक्ष करून त्यांनी मन लावून जेवण केले. मोठ्या उत्साहाने देशपांड्यांनी सांगितलेला निरोप त्यांनी पुन्हा पुन्हा बायकोला सांगितला. आपल्याला जाणे कसे भाग आहे, याचे वर्णन केले.

''अगं, प्रसंग आहे! अन् जातो आपण, म्हणून बोलवितात. नाही जायचं म्हटलं तर कोण खाणार आहे का आपल्याला?''

असं काहीतरी बोलत त्यांनी जेवण उरकलं. बाहेर येऊन सदरा घातला. उपरण्याची घडी करून खांद्यावर टाकली. पायात चपला घातल्या. सुपारीचे एक खांड तोंडात टाकले. मग दार ओढून घेत त्यांनी ओरडून सांगितले,

''बारा-साडेबारा होतील परत यायला. पाणी तापवून ठेवा बरं का.''

तात्या त्या ठिकाणी पोचले तेव्हा येणारी बहुतेक मंडळी जमा झालेली होती. कुणी बाहेरच्या रस्त्यावर उभे होते. कुणी आत अंगणात बैठक मारली होती. हळू आवाजात कुजबुज चालली होती. कचेरीतली कारकून मंडळी एका ठिकाणी गोळा होऊन उभी होती. गावातले इतर चार प्रतिष्ठित दुसरीकडे थांबले होते. आतून रडण्याचा दबलेला आवाज ऐकू येत होता. मध्येच एकदम कल्लोळ उठे; हळूहळू शांत होत पुन्हा हुंदके ऐकू येत. बाकी सगळे सामसूम वाटत होते. रस्त्यावरच्या दिव्याचा अंधूक उजेड अंगणात पडला होता. वातावरण मोठे विचित्र वाटत होते. सदरा, धोतर घालून रावसाहेब स्वतः समाचाराला आले होते. जोशी वकील त्यांच्याशी बोलत होते. आणखी एक-दोघे वकील, गावातले एक-दोघे प्रतिष्ठित त्यांच्याभोवती कोंडाळे करून थांबले होते.

या वेळी तात्या कारकून मंडळींत उभे राहिलेच नाहीत. थेट या मंडळींना सामोरे गेले. त्यांना बघितल्यावर जोशी वकील मोठ्यांदा म्हणाले,

''हे पाहा तात्या आलेच!''

रावसाहेब त्यांच्याकडे कुतूहलाने बघू लागले.

''हेच का तुम्ही म्हणत होतात ते?''

''हेच. तात्या कुळकर्णी. मी म्हटलं नाही का, तात्या माणूस आल्याशिवाय राहायचा नाही?''

तात्यांच्या तोंडावर टवटवी आली. त्यांचा चेहरा खुलला. मामलेदारांकडे तोंड करून नि:संकोचपणे ते म्हणाले, ''माझं आपलं तत्त्व आहे, रावसाहेब. अशा वेळेला कधी नाही म्हणायचं नाही.''

'चांगली गोष्ट आहे', अशा अर्थाने रावसाहेबांनी मान हलविली.

''असं पाहिजेच हो. ब्राह्मणांचं हेच मोठं वाईट असतं. माणसंसुद्धा धड मिळत नाहीत.''

तात्या सलगीच्या सुरात म्हणाले,

''अन् माहितगार नसतं कुणी एखाद्या वेळी. फार वाईट.''

जोशी म्हणाले,

''तात्या म्हणजे दर्दी हा यातले. अजिबात चूक व्हायची नाही कधी. काही विसरायचं नाही. तुम्ही आलात तात्या, आमची काळजी मिटली. आता आम्ही बिनघोर झालो.''

अशी इकडची-तिकडची बोलणी झाली. तात्यांचे महत्त्व भोवतालच्या मंडळींत चांगले ठसले. मग तात्यांनी आतून एक फेरी मारली. हळूहळू सगळी सूत्रं ताब्यात घेतली. जोशी वकिलांना बाजूला बोलावून घेऊन हळूच विचारले,

''बरं, याची व्यवस्था काय?'' त्यांनी बोटाने पैशाची खूण केली. ''म्हणजे पुढच्या उद्योगाला लागायला बरं.''

''किती हवेत?'' जोश्यांनी अगदी नम्रतेने विचारले.

''चाळीस-पन्नास पुरेत.''

''तेवढे आणलेत मी. हे घ्या.''

''माझ्याजवळ काय करायचेत? कुणाकुणाला द्यावे लागतील, तसतसे द्या म्हणजे झाले.''

''ठीक आहे. काय तुम्ही म्हणाल तसं.''

''मग बोलवा मंडळी. एकेकाला कामं सांगून टाकतो.''

जोश्यांनी, रावसाहेबांनी फळीवर बसलेल्या, इकडे-तिकडे उभ्या राहिलेल्या माणसांना हाका मारल्या, बोलावून घेतले. तात्या काय काय सांगतील ते बिनबोभाट करायला सांगितले. सगळे जण त्यांच्याभोवती गोळा झाले, तेव्हा एकेकाला कामे सांगता सांगता तात्यांची तारांबळ उडाली. एकदोघा कारकुनांच्या हातात त्यांनी काही पैसे ठेवले आणि सामान आणायला त्यांची नेमणूक केली. हे सामान कुठे मिळते, काय काय आणायचे, याची त्यांनी तपशीलवार कल्पना दिली. सुतळ्या नीट ताणून पक्क्या आहेत की नाहीत, याची खात्री करून घेण्याविषयी बजावले. सगळे सामान अर्ध्या-पाऊण तासाच्या आत इथे हजर करण्याची ताकीद दिली.

मग आणखी एका प्रतिष्ठिताला हाक मारली. त्याच्या हातात राहिलेले काही पैसे दिले.

"तुम्ही पुढे व्हायचं वकीलसाहेब. छकडा करायचा. वाटेतच अड्डा आहे लाकडाचा. पाच-सात मण टाक म्हणायचं. छकड्यात टाकून थेट निघायचंच. काय?"

ते वकीलसाहेब मान हलवून म्हणाले,

"बराय –"

"आम्ही इकडून पोचायच्या आत लाकडं पडलेली पाहिजेत हा तिथं."

"हो, हो."

वकीलसाहेब वळले. चार पावलं गेले. तेवढ्यात तात्यांनी त्यांना पुन्हा माघारी बोलावले.

"अन् हे बघा. लाकडं वाळलेली-बिळलेली बघून घ्या नीट. ओलं सर्पण जरा का लागलं, तर सकाळपर्यंत सुटका नाही म्हणून समजा."

मग तात्यांनी आणखी भराभर माणसे पिटाळली. एकाला म्युनिसिपालिटीत पास काढायला पाठविले आणि येताना भटजीबुवांना निरोप सांगायची आठवण दिली. दुसऱ्याला बत्त्यांच्या दुकानात धाडले. सगळ्यांना अगदी तपशीलवार सूचना दिल्या. घरच्या माणसांची रात्री जेवायची व्यवस्था कुणी शेजाऱ्यापाजऱ्याने केली आहे किंवा नाही, याचीही त्यांनी खात्री करून घेतली. हे सगळे करीत असताना तात्यांचा आवाज इतका हुकमी आणि भारदस्त होता की त्याबाबत शंका घेणे कोणालाही रास्त वाटले नाही. सगळ्यांनी भराभर त्यांच्या आज्ञा मानल्या. कुणीही उलट प्रश्न केला नाही. असे का आणि तसे कशासाठी, हे प्रश्न विचारले नाहीत.

सगळ्या कामाची योग्य व्यवस्था लागल्यावर तात्यांची धांदल संपली. राहिलेल्या लोकांशी गप्पा मारीत ते एका जागी बसून राहिले. तिथूनच सूचना देऊ लागले.

आश्चर्याने कुणीतरी म्हणाले,

"तात्या, अगदी बारीकसारीक गोष्टसुद्धा निसटत नाही बुवा नजरेतून तुमच्या. कमाल आहे."

जोशी वकील म्हणाले,

"मग सांगितलं काय मघाशी तुम्हाला? तात्या म्हणजे तात्या. काळजी करायचं कारणच नाही. एक्स्पर्ट अगदी!"

तात्यांचा तजेलदार चेहरा आणखी खुलला. चेहऱ्यावर हसू आणून त्यांनी 'चालायचंच' असे हातवारे केले.

"अहो, हे बघावंच लागतं कुणीतरी. पहिल्यांदाच पाहिलं व्यवस्थेशीर नीट म्हणजे मग आपलंच काम सोपं होतं. नाही तर विनाकारण कटकट होऊन बसती, मागनं."

"हेसुद्धा शास्त्रच आहे म्हणा की."

"शास्त्र म्हणजे? प्रश्नच नाही.'' तात्यांनी मान डोलविली. ''मागं एकदा अशीच गंमत झाली हो. कुणाची तरी अशीच म्हातारी मेली. मी जरा उशिरा आलो. तवर सगळ्यांनी बांधूनबिंधून उचललेली. उचलीनात का म्हणा; पण अडाण्यांचा बाजार सगळा. अर्ध्या वाटेतच सुतळ्या लागल्या तुटायला तटातट! लागलं म्हातारीचं मुंडकं हालायला डगडगडग. आमचा रामभाऊ मला म्हणतो कसा, 'तात्या, म्हातारी मान हलवतीय. नगं नगं नगं मला म्हणतीय.' मी म्हटलं, 'आता नगं नगं म्हणून कसं चालतंय? आता पळवा गाडी जोरात.' सांगायची गंमत अशी, की मसणवाटेपर्यंत पळत गेलो अक्षरशः! स्मशानात येऊन पोचलो तेव्हा जिवात जीव आला.''

तात्यांनी सांगितलेली ही हकिकत ऐकून सगळ्यांना मजा वाटली. त्या प्रसंगाला शोभेल इतपत बेताने सगळे हसले. रावसाहेबांच्याही चेहऱ्यावर घडी पडली. कुणीतरी खूश होऊन नादात विडी काढली. तात्यांना दिली. तिचा धूर काढीत तात्यांनी आणखी काही गोष्टी सांगितल्या. लोकही आदराने, कुतूहलाने त्या ऐकत राहिले.

''एकदा तर फार गंमत झाली.'' तोंडात घेतलेला धूर नाकातून सोडीत तात्या म्हणाले, ''आसंच आम्ही मर्तिकाचं सामान घेऊन परत येत होतो. दोघे-तिघे होतो चांगले. कंटाळा आला म्हणून चहा प्यायला सहज हॉटेलात शिरलो. सामान ठेवलं रस्त्याकडेला बाहेर. अन् ज्या गप्पा रंगल्या आमच्या आत, अर्धा-पाऊण तास गेला. थोड्या वेळाने बघतो, तो शे-दीडशे माणूस रस्त्यावर उभं! हॉटेलात या कोण मेलं ते बघायला – हं: हं:!''

पुन्हा जरा खसखस पिकली. मग आणखी इकडच्या-तिकडच्या बऱ्याच गप्पा झाल्या. एकदा प्रेतयात्रेच्या वेळी धो-धो पाऊस कसा पडला अन् खांदेकरी मंडळी चिखलातून रपारप कशी घसरत होती... एक पैलवान गडी मेला तेव्हा त्याला न्यायला आठ-आठ माणसे कशी लागली, नाना गोष्टी सांगितल्या. तास-अर्धा तास तात्यांनी सगळ्यांना अगदी गुंगवून टाकले. वेळ कसा गेला हे कुणाला कळलेच नाही.

तेवढ्यात बत्त्या घेऊन माणूस परत आला. सामान आले. मग तात्यांची धांदल सुरू झाली. एखाद्या कारागिराप्रमाणे ते आपल्या कामात रंगून गेले. जवळपासच्या मंडळींना सूचना देत, त्यांच्याकडून काम करून घेत, त्यांनी सगळी तयारी झटपट पूर्ण केली. सगळे काम पक्के आहे याची खात्री करून घेतली.

मग पुढचा विधी यथासांग पार पडला.

दोघातिघांना हाताशी धरून तात्यांनी आतून शव आणले. तिरडी बांधली. हळूहळू शांत होत असलेले वातावरण घटकाभर पुन्हा उसळले. आतून रडण्याचा कल्लोळ उठला. बायका-पुरुष-मुले सगळ्यांचा संमिश्र आक्रोश एकाएकी सुरू

झाला. सगळीकडे अंगणात गर्दी झाली. कोलाहल माजला. रडारड, हुंदके, गहिवर... बघणाऱ्या माणसांच्या काळजाचे पाणी पाणी झाले.

तात्यांनी कुणाकडेच लक्ष दिले नाही. आपले काम पुरे केले. अखेर सगळे संपले. आता निघायचे म्हटल्यावर तात्या हळूहळू चालत गेले. उदास होऊन, खचून बाजूला उभ्या राहिलेल्या फडणीस भाऊसाहेबांकडे गेले. त्यांच्या खांद्यावर त्यांनी सहानुभूतीने हात ठेवला. संथपणे थोपटल्यासारखे केले.

"आता तुम्ही पुढं व्हायचं. पुन्हा मागं वळून पाहायचं नाही. चला."

कुणीतरी फडणीसांना धरले. मान खाली घालून ते हळूहळू पुढे निघाले. तात्यांनी मग सगळ्यांना बोलविले.

"हं, चला, उचला. श्रीराम श्रीराम...."


स्मशानात येऊन पोचेपर्यंत अकरा वाजून गेले होते. दाट काळोख पसरला होता. बत्तीच्या उजेडाने तेवढ्यापुरता लख्ख उजेड पडला होता, पण बाकी सगळीकडे अंधारच होता. नाही म्हणायला थोड्या अंतरावर एक चिता जळत होती. गार वारे अंगाला झोंबत होते. चितेची हाय लागून अंग ऊबदार होत होते आणि जरा बरे वाटत होते.

सगळीकडे सुन्न शांतता दाटली होती. लांब पलीकडून वाहणारा नदीचा प्रवाह जागच्या जागी थबकल्यासारखा दिसत होता. कुठेतरी एखादे कुत्रे रडत होते. त्याचा आवाज मध्येच अस्पष्ट ऐकू येत होता. वातावरण भेसूर वाटत होते.

एका लहानशा टेकाडावर सगळी मंडळी मुकाट्याने बसून राहिली. अशा ठिकाणी मनावर जे विचित्र दडपण येते, ते त्यांच्या मनावर आले. आपण नि:सत्त्व, निरर्थक आहोत असे त्यांना उगीचच वाटू लागले. शरीर लुळे झाले.

पलीकडच्या बाजूला सर्पणाचा ढीग पडला होता. तात्यांनी झपाझप जाऊन लाकडे उचकटली. वंडीव, फोडीव लाकडे तपासून ओले-वाळले पाहिले. मोठा समाधानाचा सुस्कारा सोडला. मग उत्तर-दक्षिण दिशा बघून चितेची जागा निश्चित केली. चार लाकडे मांडून दोघाचौघांना हाक मारली,

"हं, चला लवकर. पाय मोडून चालायचं नाही. चटचट आटोपलं पाहिजे."

त्याबरोबर चार-दोनजण उठले, भराभरा काम सुरू झाले. वंडीव लाकडांचे ठोकळे खाली घालून तात्यांनी तळ पक्का केला. मग त्यावर फोडीव सर्पण रचले. पहिले विधी पूर्ण झाल्यावर मृत देह उचलून त्या अखेरच्या शय्येवर ठेवला. वर गोवऱ्यांचा थर बसविला. सगळी चिता पूर्ण रचून तयार झाली.

शेवटी तोंड झाकून टाकल्यावर तात्या हुश्श करून बाजूला दोन पायांवर बसले. शेजारी बसून राहिलेल्या देशपांड्यांना म्हणाले,

"मघाशी पानसुपारी अन् विड्यांचं बंडल आणायला सांगितलं होतं. आणलंय ना? का विसरला?"

देशपांड्यांनी दोन्ही खिसे चाचपले.

"आणलंय ना! काढू का बाहेर?"

"इतक्यात नको. एकदा अग्नी दिला म्हणजे मोकळे झालो. मागाहून."

हळूहळू सगळे विधी संपले. रॉकेलची बाटली घेऊन जोशी वकील उभे होते. त्यांना तात्यांनी खूण केली. हुकमी आवाजात फर्मावले,

"वकीलसाहेब, सगळ्या बाजूंनी टाकायचं अन् थोडं शिल्लक राहू द्या. लागतं एखाद्या वेळी."

मान डोलावून जोशी रॉकेल ओतू लागले. तेवढ्यात तात्या ओरडले, "हां, हां– वर नाही, खालच्या बाजूला. खालचं पेटलं पाहिजे आधी."

रावसाहेब मुकाट्याने बाजूला बसले होते. मध्यरात्र व्हायला आल्यामुळे त्यांचे डोळे जड झाले होते. या विचित्र वातावरणातून केव्हा एकदा बाहेर पडतो असं त्यांना झालं होतं. ते म्हणाले,

"तात्या, तुम्हीच घ्या हातात काम. तुमच्याशिवाय खरं नव्हे ते."

तात्या उठलेच होते. त्यांनी मग सफाईने कामे आटोपली. हां, हां म्हणता चिता पेटली. जाळ भराभरा वर चढला. फडणीसांनी गाडग्यातले पाणी सांडीत उघड्या अंगाने तीन प्रदक्षिणा घालेपर्यंत चिता चांगलीच धडधडू लागली. तांबडा-पिवळा उजेड पडला. वाऱ्याने ज्वाळा इकडेतिकडे फाकू लागल्या तशी जवळपास बसलेल्यांना हाय लागू लागली. एकेक मागे सरकले. सगळ्यांच्याच तोंडावर तांबडा-शेंदरी उजेड पडला. या उजेडात चेहरे उगीचच विचित्र वाटू लागले.

हळूहळू गोवऱ्या रसरसल्या. चांगला आर पडला. खचून खाली जाऊ लागला. लाकडे इकडेतिकडे थोडी ढासळू लागली. ठिणग्या एकसारख्या उडत राहिल्या. बारीक-सारीक आवाज निघू लागले. ते सगळे बघत मंडळी उगीच बसून राहिली.

तात्यांनी पानतंबाखू इकडेतिकडे सरकावली. विडीचे बंडल फिरवले. ज्याला जे पाहिजे होते ते त्याने घेतले. तात्यांनी मग एक फर्मास विडी शिलगावली. एखाद्या कर्त्या माणसाच्या ऐटीत धूर सोडीत ते कुणाकुणाशी बोलू लागले.

तेवढ्यात ठिणग्या उडाल्या. कसलातरी आवाज झाला. एक-दोन लाकडे ढासळून बाजूला पडली. कुणीतरी स्वतःशी बोलल्याप्रमाणे म्हणाले,

"नीट रचली नाही का काय म्हणावं? अशी सारखी पडायला लागली तर पंचाईत आहे!"

काम आटोपून स्वस्थ चित्ताने भटजीबुवा पान चघळीत बाजूला बसले होते. ते मान हलवून खात्रीच्या स्वरात म्हणाले,

"हॅ... हॅ! तात्यांचं काम आहे! चिरेबंद. एक लाकूड इकडचं तिकडं व्हायचं नाही. हां!"

ते ऐकल्यावर अभावितपणे तात्यांकडे सगळ्यांनी बघितले. तात्याही खुलले. त्यांच्या चेहऱ्यावर वडीलपणाची तकाकी आली.

"चालायचंच. जरा वाऱ्यानं होतं पहिल्यांदा थोडं." झुरका मारून ते बेपर्वाईने म्हणाले, "पण काही व्हायचं नाही. काळजी नको."

रावसाहेब जिज्ञासेने म्हणाले,

"पण होत असेल नाही हो कधीकधी असं?"

तात्यांनी मान डोलावली.

"होतं ना. अडाणी माणसं असतात एकेक. होतं मग. अहो, मागच्याच वर्षाची गोष्ट. त्या याचा हा मेला – कोण? – तर आम्ही घेऊन आलो. त्या आधी जळतच होती एक चिता. काय सगळा गोंधळ नुसता. लाकडं एका बाजूला, मुडदा एका बाजूला... हाड् तुमची!"

बोलण्यातून बोलणे निघाले. तात्यांनी मग आणखी काही काही खास गोष्टी ऐकविल्या.

"एकदा तर अशी गंमत महाराज – एक म्हातारी आणली आम्ही. वाळून कोळ झालेली. नुसती हाडंच. चिता पेटली धडाधडा. आम्ही असे गप्पा मारीत बाजूला बसलेलो. अन् डोक्याखालची लाकडं जी निसटलीत एकदम! धाडधाडधाड! मुंडकं गपकन खाली अन् दोन्ही तंगड्या वर... अगदी आटेन्शन मार्च... घाबरून गेले एकेक! असला एकेक प्रकार...."

सगळ्यांनाच फार हसू आले. रावसाहेबांनाही हसू आले. इतका वेळ विषण्णपणे एकटेच बाजूला बसलेल्या फडणीसांच्या तोंडावरही क्षीण हास्य चमकून गेले. भेसूर वातावरणामुळे बंद पडलेले मनाचे चलनवलन पुन्हा सुरू झाले. हळूहळू सगळ्यांना मोकळे मोकळे वाटू लागले.

तात्यांनी मग आणखीन कुठल्या कुठल्या गोष्टी काढल्या. सगळ्यांची घटकाभर करमणूक केली. गुंग होऊन मंडळी ऐकत राहिली.

त्या नादात बराच वेळ गेला. शेवटी कुणीतरी म्हणाले,

"काय तात्या, उठायचं का?"

'जरा सबूर' अशा अर्थाने तात्यांनी मान हलविली. हाताची पाची बोटे जुळवून दाखविली,

"झालंच. आणखी पाच-दहा मिनिटं."

पाच-दहा मिनिटं अगदी स्तब्ध गेली. तेवढ्यात एकाएकी ठिणग्यांचे मोहोळ उडाले. फाड्दिशी मोठा आवाज निघाला. त्याबरोबर तात्या उठलेच.

"चला मंडळी, आता निघायला हरकत नाही."

जणू परवानगी मिळाली असे सगळे भराभर उठले. एकामागोमाग एक उठून उभे राहिले. तात्यांनी लांब उभ्या राहिलेल्या राखणदाराला हाक मारली. चार-आठ आणे दिले. लक्ष ठेवण्याविषयी बजावले. तेवढ्यात एकेक निघालेही. दोन्ही हातांनी छाती झाकून गार वारे अंगावर घेत चालू लागले.

मसणवाट संपली, रस्ता मागे पडला. गाव लागले तसे निरनिराळे रस्ते फुटले. एक-दोन शब्दांत तुटक निरोप घेऊन एकेकाने आपापली वाट धरली. रावसाहेबांसाठी टांगा आला होता. ते टांग्यात बसले. फडणीसांशी उपचाराचे चार शब्द बोलले. तात्यांना सहज हाक मारली. जातो म्हणून सांगितले आणि ते गेले.

तात्या आणि देशपांडे – दोघांचीही घरे एकाच दिशेला होती. मोकळ्या पडलेल्या रस्त्याने दोघेही सावकाश पावले टाकीत निघाले. थोडा वेळ गप्प चालत राहिले. मग मनगटावरच्या घड्याळाकडे बघत देशपांड्यांनी मोठी जांभई दिली.

"एक वाज़ला की."

तात्यांनी आभाळाकडे पाहिले. चांदण्या बघितल्या.

"एक वाजला का? तेवढा वाजायचाच म्हणा."

"तात्या, बाकी तुमची कमाल हं!"

"कसली बुवा?"

"सगळं व्यवस्थित काम. अगदी बारीकसारीक –"

तात्यांचा आवाज उत्तेजित झाला. त्यांनी एक हात अधांतरी हवेत उडविला.

"चालायचंच. काय विशेष त्यात?"

"वा! असं कसं? तुम्ही होता म्हणून आज झालं सगळं झटपट. नाही तर उजाडलंच असतं."

"आहे आपलं – चला! काम कामाचा गुरू. आहे काय अन् नाही काय!"

असे काही बोलणे झाले. दुसरा रस्ता फुटला, तसे देशपांडे थांबले. तात्यांचा निरोप घेऊन आपल्या वाटेने घराकडे गेले.

मग तात्याही निघाले. कसल्यातरी धुंदीत झपाझप निघाले. ऐटीत, ठेका धरल्याप्रमाणे त्यांनी पावले टाकली. तोंडाने शीळ वाजविली. त्या नादात कशी वाट सरली ते कळलेही नाही.

तात्या घरी पोचले तेव्हा एक वाजून गेला होता. सगळीकडे शांत होते. बाहेर अंधार होता. घरात केव्हाच निजानीज झाली होती. चिमणीच्या अंधूक उजेडात एकटी बायको वाट बघत जागी राहिली होती. तीही डुलक्या घेत होती.

दार वाजले तशी ती जांभई देत उठली. दार उघडले.

तात्या गुणगुणत आत आले. दार ओढून घेऊन त्यांनी कडी लावली. जमिनीवरच्या सतरंजीला ते ठेचकाळले. सतरंजी पुन्हा गोळा झाली; पण तिकडे लक्ष न देता त्यांनी टेबलाजवळची खुर्ची थोडी सरकावली. हुश्शऽ करून खुर्चीत मांडी ठोकली. बायकोकडे चमकत्या डोळ्यांनी पाहिले.

जांभया आवरीत बायको अंथरुणावरच बसली होती. ती म्हणाली,

''अं? त्या मानानं लवकर आलात?''

तात्यांनी खुशीत मान हलवली. खुर्चीच्या हातावर उजव्या हाताने ठेका धरला.

''आटोपलं खरं लवकर. मी असलो म्हणजे नाही वेळ लावू देत अजिबात. उरकायचं चटचटचट –''

मग त्यांनी बायकोला सगळ्या गोष्टीचे इत्थंभूत वर्णन ऐकविले. हातवारे करीत उत्साहाने सांगितले. जागरणाने डोळ्याच्या कडेला साचलेले पाणी पुशीत बायकोने सराईतपणे ऐकून घेतले.

थोड्या वेळाने तात्यांना आठवण झाली.

''बरं, पाणी तापवून ठेवलंयस ना? अंघोळ करून झोपतो. अं?''

बायको काही बोलली नाही. पलीकडे अंथरुणावर पोरे झोपली होती. त्यांच्याकडे बघत ती उगीच बसून राहिली. तात्यांनी पुन्हा विचारले तेव्हा तिने नाराजीने मान हलविली. त्रासिक सुरात म्हटले,

''कशी तापविणार पाणी मी?''

''म्हणजे?''

''म्हणजे काय? संध्याकाळीच नाही का सांगितलं, कोळसे संपलेत म्हणून? स्टोव्हमधलं तेलसुद्धा खलास झालं. करा आता गार पाण्यानंच!''

तात्या एकदम गप्प झाले. चेहरा एकाएकी कसनुसा झाला. हाताचा ठेका चुकला. काहीतरी हरविले आहे, गमावले आहे, असे त्यांना एकसारखे वाटू लागले. पण काय ते त्यांना कळेना. थोडा वेळ शांत गेला.

लोळागोळा होऊन नारायण पलीकडे झोपला होता. त्याच्या पाठीवरून यांत्रिकपणे हात फिरवीत बायको शून्य दृष्टीने बसून राहिली. नंतर हळू सुरात म्हणाली,

''पोरगं किती वेळ वाट बघत बसलं होतं तुमची.''

''होय? का?'' तात्यांनी जड सुरात विचारले.

''तुम्ही पैसे देतो म्हणाला होता ना रात्री? तेच धरून बसला होता –''

''मग?''

''सकाळी शाळा. सारखा नाद चालला होता. तात्या आले की मी पैसे घेणार – तात्या आले की पैसे घेणार! कंटाळलं कंटाळलं, पण झोपेना. शेवटी मी रागं भरलं. दिला सपाटा ठेवून. रडलं रडलं अन् तसंच शेवटी झोपलं झालं.''

ऐकता ऐकता तात्यांची नजर झोपलेल्या नारायणाकडे वळली. त्याचे तोंड अजून केविलवाणे दिसत होते. पाण्याने भिजून भिजून गाल मळले होते आणि लोळा-गोळा होऊन तो झोपला होता.

ते बघितले आणि तात्यांच्या पायातले बळच गेले. त्यांचे सगळे अंग एकाएकी शिणले. डोके पुन्हा भणभणू लागले. डोळे पुन्हा निस्तेज झाले. जड झाले.

मग त्यांनी नेहमीप्रमाणे दोन्ही हात टेबलावर पसरले. थकलेले डोके खाली टेकविले. डोळे मिटून घेतले आणि मग एखाद्या जीव गेलेल्या माणसाप्रमाणे ते कितीतरी वेळ तसेच पडून राहिले.

□

# पाऊस

यंदा पावसाने फार ओढ दिली होती. सुरुवातीचा मृगाचा पाऊस सोडला तर पुढची सगळी नक्षत्रे कोरडी गेली होती. आषाढ-श्रावण संपून भाद्रपद उलटत आला होता. महालक्ष्म्या कोरड्याच पायांनी आल्या होत्या आणि गेल्या होत्या. पोळ्याला नंदीचे पाय भिजले नव्हते. गणपती आडा-हेळांत बुडाला होता. सगळे सण संपले होते. महिने उलटत होते आणि नक्षत्रे फिरत होती; पण पाऊस काही येत नव्हता. आभाळ वांझोटेच राहिले होते.

लोकांनी राने केव्हाच नांगरली होती; पण ती आता तशीच पडली होती. त्यांची ओटी कुणी भरत नव्हते. आभाळात रोज ढग जमत होते आणि पुढे सरकत होते. नुसती हुलकावणी देऊन पुढे जात होते. आभाळ नुसते निळ्याचे काळे होत होते आणि परत काळ्याचे निळे होत होते.

जिकडेतिकडे रखरखीत वाटत होते. झाडे सुकून चालली होती. रस्ते फुफाट्याने भरले होते. सगळीकडे धूळच धूळ उडत होती.

दुपारच्या वेळी रानातल्या मोकळ्या पडवीत बसून आबा देशपांडे जमाखर्चाच्या वह्या पुऱ्या करीत होता. मान खाली घालून डेस्कवर ठेवलेल्या वहीत तो एकसारखा लिहीत होता. त्याच्या टाकाची कुरकुर स्पष्ट ऐकू यावी, इतकी सगळीकडे शांतता पसरली होती. लिहिता लिहिता त्याचे तोंड वेडेवाकडे होत होते. नाक फुरफुरत होते. त्याचाही आवाज येत होता.

त्याच्या बाजूला खांबाला लागून येशा महार बसला होता. मालकाला चुकवून तंबाखूची चिमूट तोंडात सोडीत होता. आबाच्या समोर गुडघ्याला मिठी मारून विठोबा बसून राहिला होता.

मधूनमधून तो आबाच्या चेहऱ्याकडे पाहत होता. त्याचे काम झाले की नाही, त्याचा अदमास घेत होता. कंटाळा आला म्हणजे गुडघेमिठी सोडवून सरळ बसत होता. बाहेर आभाळाकडे दृष्टी लावीत वेळ काढीत होता.

आभाळ दुपारपासून भरभरून येत होते. ढगामागून ढग पुढे सरकत होते आणि लांब लांब जात होते. पावसाची उगीच आशा वाटावी अशी हवा पडली होती. गार वाऱ्याची एखादी लाट अंगावर येत होती; पण त्यात काही अर्थ नव्हता. गेले कित्येक दिवस हे असेच चालले होते. वरुणराजाची कृपा आता होईल असे वाटत नव्हते. दुष्काळाची चाहूल लागली होती. त्याचे पाय जवळपास वाजत होते.

आभाळाकडे बघत विठोबाने बराच वेळ काढला. शेवटी कंटाळून तो येशाला म्हणाला,

''येशा, तमाखू असली तर काड थोडीशी.''

विठोबा तंबाखूची पिशवी गडबडीत घ्यायची विसरला होता. येशाकडून थोडी तंबाखू घेऊन दाढेला धरावी म्हणजे वेळ तरी जाईल; या विचाराने कधी नव्हे ती त्याने येशाला तंबाखू मागितली होती.

पण येशा अपराधी तोंड करून बोलला,

''तमाखू न्हाई की वो. पिशवी इसरलीय तिच्या बायली घरी.''

''बरं, असू दे.''

असे म्हणून विठोबा पुन्हा आबाच्या चेहऱ्याकडे पाहत गप्प बसून राहिला. मनाशी विचार करीत राहिला. जे काम योजून आपण आलो ते होईल की नाही? आबाकडे पैसे मिळतील का नाही?... आबा गावात व्याज-बट्टा करीत होता; पण जबर व्याज लावीत होता. जो-जो आबाकडून पैसे घेऊन गेला त्याचे भले झाले असे कधी ऐकिवात नव्हते; तो पुन्हा कधीच उबदारीला आला नव्हता. मग आपण तरी याच्याकडे का आलो आहोत? आपला खड्डा आपणहून का खणत आहोत? आजपर्यंत आपल्याला अनेक अडीअडचणी आल्या; पण त्या परस्पर आपण निभावल्याच की नाही? मग आत्ताच आपण या माणसाकडे कशासाठी येऊन बसलो आहोत? या माणसाची मदत न घेता आपली अडचण निभावली जाणार नाही का?

विठोबाच्या मनात असे विचार येत होते. उदास मुद्रेने तो बसून राहिला होता. मनातल्या मनात त्याला पटत होते की, आपले हे सगळे बोलणे व्यर्थ आहे. काहीही उपयोग नाही. केवळ पाच-सात एकरांच्या तुकड्यावर जास्त काय भागणार होते? फार तर रोजचा प्रपंच चालण्यासारखा होता. पोटापुरताच कणगा भरण्यासारखा होता. तेही पाऊसकाळ नीटनेटका झाला तर! यंदा ती आशाही संपली होती. घरचाच गाडा वर्षभर कसा चालेल ही पंचाईत होऊन बसलेली होती. मग बाकीच्या अडीअडचणी कशा भागणार होत्या? पोरगा शिकायला तालुक्याच्या गावी ठेवला होता. त्याला कित्येक दिवसांत पैसे पाठविले नव्हते. तो ओरडत होता. पत्रावर पत्रे पाठवीत होता; पण त्याला पैसे पाठवायचे जुळत नव्हते. इकडे घरी लेक लग्नाला आली होती. सोयरसंबंधही जुळवून ठेवला होता. चार-दोन महिन्यांत केव्हातरी

एकमेकांच्या सोयीने कार्य उरकून घ्यायचे ठरले होते. त्यालाही पैसे लागणारच होते. इतकी रक्कम कोण आणि कशाच्या आधारावर देणार होते?....

आभाळाच्या सावल्या नांगरलेल्या रानावरनं पुढेपुढे सरकत होत्या. उन्हाचा एखादा पट्टा मध्येच पडत होता आणि नाहीसा होत होता. गरम झळा मधेच अंगाला लागत होत्या, उकाडा होत होता.

विठोबा उदास मुद्रेने आबाकडे पाहत होता. ताटकळत बसून राहिला होता आणि आबाचा जमाखर्च अजून संपतच नव्हता.

असा तास-दीड तास गेला. आबाचा हात लिहून लिहून थकला. मोठी जांभई देऊन त्याने आळस झाडला. तोंड वर करून निर्विकारपणे विठोबाकडे पाहिले.

"अरे, तू बसलाहेस, माझ्या लक्षातच नाही."

विठोबा नुसता हसला. ओशाळवाणेपणाने हसला.

येशा म्हणाला, "आं? कवाचं येऊन बसल्यात की. तुमची नदर खालीच हुती."

आबा मान डोलावून म्हणाला, "हं, काय विठोबा, शेतकी काय म्हणतीय यंदा?"

विठोबा हळू आवाजात बोलला, "कशाची शेतकी अन् कशाचं काय?"

"खरी गोष्ट. पाऊस नाही अजिबात. काय करणार?"

येशाने नेहमीप्रमाणे मध्ये तोंड घातले,

"दुष्काळ हाय बघा ठिवल्याला यंदाच्याला."

"अरेरेरे... फार वाईट."

असे थोडा वेळ संभाषण चालले. इकडच्या तिकडच्या गप्पा झाल्या. मग आबा करड्या आवाजात म्हणाला,

"बरं, का आला होतास?"

"आलो होतो आपलं सहज."

असे म्हणून विठोबा मान खाली घालून हाताच्या बोटाच्या नखाने भुईवर रेघोट्या मारीत राहिला.

आबा चोरटा हसला. माणसे आपल्याकडे सहज म्हणून कशाला येतात, हे त्याला पाठ झाले होते.

"तरी पण –"

"जरा काम होतं थोडं."

"बोल."

पुन्हा थांबून विठोबाने जरा दम घेतला. मनात जुळवाजुळव केली.

"म्हंजे – जरा नड होती थोडी."

आबाने थंडपणे विचारले,

"पैशे पाहिजेत काय तुला?"

"व्हय."

"किती पाहिजेत?"

विठोबाला आशा वाटली. थोड्याशा उल्हसित सुरात तो म्हणाला,

"पायजे होते सात-आठशे तरी."

"हूं."

एवढाच उद्गार काढून आबा गप्प राहिला. पुन्हा त्याने जमाखर्चाच्या वहीत तोंड खुपसले. मघाशी लिहिलेला तपशील बरोबर आहे का नाही, हे तो नुसत्या डोळ्यांनी तपासू लागला. डोळे बारीक करून आणि भुवया मोडून बघत राहिला.

बराच वेळ झाला तरी तो काहीच बोलला नाही, तेव्हा विठोबाची उमेद खचली. त्याच्याकडे नुसता बघत चुळबुळ करीत तो तसाच अवघडलेला बसून राहिला. बोलावे तरी पंचाईत, न बोलावे तरी पंचाईत. काय करावे त्याला कळेना.

शेवटी धीर करून तो खाकरला. म्हणाला,

"मग? काय झालं?"

दृष्टी वहीतच फिरती ठेवून आबा म्हणाला,

"आं? काय म्हणालास?"

"जुळतंय काय आमचं?"

आबाने मान वर केली. विठोबाकडे थोडा वेळ रोखून बघितले. मग नुसत्याच ढग वाहून नेणाऱ्या आभाळाकडे तो टक लावून पाहत राहिला. शेवटी मान हलवून शांतपणाने म्हणाले,

"नाही जमायचं बुवा. इतके पैसे नाहीत माझ्याकडे. का रं, येशा?"

येशा उगीच बसून राहिला होता. बऱ्याच वेळाने त्याला संधी आली. तो म्हणाला,

"इक्ते कुठले आलेय पैशे? कालच कचिरीत भरना केला न्हवं का?"

"तेच सांगतोय मी याला."

आणि आबा पुन्हा वही बघत राहिला.

आबाचे हे म्हणणे खरे नव्हते, हे विठोबाला कळत होते. आबाजवळ सात-आठशे रुपये द्यायला नव्हते, ही गोष्ट सपशेल खोटी होती. गावातल्या शेंबड्या पोरानेही ती कबूल केली नसती. आबाने बक्कळ पैसा साठविला होता. त्या पैशाच्या जिवावर आणखी गाठोडे केले होते. तालुक्याच्या गावाला असलेल्या प्रत्येक बँकेत त्याची वेगवेगळी शिल्लक होती. मनात आणले तर एका मुठीने तो पाच-सात हजार रुपयेसुद्धा देऊ शकत होता.

विठोबाला हे सगळे माहीत होते; पण त्या माहितीचा काय उपयोग होता? आपल्याला पैसे द्यायची त्याची इच्छा दिसत नाही, एवढाच या गोष्टीचा अर्थ होता. तसे पाहिले तर आबाने तरी कशाच्या आधारावर आपल्याला पैसे द्यावेत? ना घर, ना दागदागिने. येऊनजाऊन एक जमिनीचा तुकडा. तो पण दुसऱ्याचा होता. विठोबा फक्त तिचा वाटेकरी होता. ती गहाण टाकण्याचा प्रश्नच येत नव्हता.

असेच उठावे आणि घराकडे चालू लागावे असे विठोबाच्या मनात आले; पण या विचारात काही अर्थ नव्हता. तो सध्या अडला होता. तूर्त तरी आबाशिवाय दुसरे कोणी उपयोगी पडेल अशी स्थिती नव्हती. म्हणून विठोबा तसाच बसला. ढगाने भरलेल्या पण वांझोट्या ठरलेल्या आभाळाकडे पाहत बसून राहिला, उठला नाही.

आबाने थोडा वेळ वहीची चाळवाचाळव केली. वही मिटून ठेवली. बसून राहिलेल्या विठोबाला सांगितले,

"तुला लबाड सांगत नाही. खरंच पैसा नाही सध्या माझ्याजवळ."

ही विठोबाला एक प्रकारे उठायची सूचना होती. काम संपले आहे, आता तुला जायला हरकत नाही. इतका सगळा अर्थ या बोलण्यात होता; पण विठोबाने तिकडे दुर्लक्ष केले. कळून न कळल्यासारखे केले. तो म्हणाला,

"पोराची पत्रं येत्यात सारखी –"

"काय म्हणून?"

"दुसरं काय, पैसे पाठव म्हणून."

"हां हां."

"लेकीची सोयरीक जुळलीय."

"वा! छान."

येशा मध्येच म्हणाला,

"कुठं सोयरीक जुळवली इठुबा?"

विठोबाने दोन-पाच मिनिटांत सगळी माहिती सांगितली. कुठले पावणे, मुलगा काय करतो, लग्न कसेकसे ठरले आहे– सगळे काही सांगितले. शेवटी पुन्हा त्याने मुद्दा धरला.

"लग्नालाही पैसे पायजेत. फकस्त पैशाबिगार आडलंय काम."

"हूं."

"म्हनून म्हनतोय की –"

एवढे बोलून विठोबा गप्प राहिला. पुढचे बोलणे त्याने पुरे केले नाही. पुरे करायची गरजही नव्हती.

आबा थांबला. मध्येच ढग गडगडल्याचा आवाज झाला. तो आवाज कमी होईपर्यंत थांबला. मग म्हणाला,

"तुझ्या अडचणी आल्या माझ्या ध्यानात; पण मी तरी काय करणार? माझं हातावर पोट. सगळे पैसे असेच नेलेले कुणी कुणी. आणि तू तर अशा टायमाला आला आहेस की माझ्याजवळ पैसाच नाही."

विठोबाच्या तोंडावर निराशा पसरली. आबाचा एकंदर सूर ठीक नव्हता. त्याच्याकडून पैसे मिळतील असे दिसत नव्हते. तो थोडासा ओढून धरील, आपण फार उपकार करतो आहोत असा आव आणून तो जबर व्याज आकारील व अखेरीला पैसे देईल असे विठोबाला अंधूकपणे वाटत होते; पण तीही आशा आता खोटी ठरली होती. आता बसण्यात काही अर्थ नव्हता.

पुन्हा आणखी एक प्रयत्न करावा, आता आलोच आहोत तर या गोष्टीचा पिच्छा पुरवावा असे विठोबाच्या मनात येऊन गेले. न जाणो, आपण पैसे व्यवस्थित परत करू की नाही याची आबाला खात्री नसेल. आपण नाठाळ कुळापैकी एक आहोत असा तर त्याचा समज झालेला नसेल? व्याजाला सोकला आणि मुद्दलाला मुकला, असे आपल्या बाबतीत होईल अशी तर भीती त्याला वाटत नसेल?

विठोबाने मनाशी पुन्हा विचार केला. नाना आडाखे बांधून पाहिले. पण गणित काही सुटले नाही. अखेर शेवटाला तो म्हणाला,

"आबा, परतफेडीची तुमी काही काळजी करू नका."

आबा म्हणाला,

"छे! छे! परतफेडीचा प्रश्न नाही. मी तुला चांगला ओळखतो. पण माझ्याजवळ पैसेच नाहीत."

"तुमचा काय दर असेल त्यो लावा. न कबूल केला तर कान धरा माजा."

"पुन्हा तेच. अरे बाबा, तो मुद्दा निघालाय का? माझ्याजवळ पैसा नाही, ही भानगड आहे."

थोडासा धीटपणा दाखवून विठोबाने विचारले, "का बरं? पैसे न्हाईत असं हुईल कसं?"

आबाच्या कपाळावर नापसंतीच्या आठ्या उमटल्या. बाहेर वीज चमकली आणि क्षणभर लखकन उजेड झाला. त्यात आबाची नाराजी स्पष्टपणे दिसली. विठोबा चमकला आणि गप्प झाला.

आठ्या काढून आबा गोडपणे हसला. घटकाभरानं म्हणाला,

"बाबा रे, ज्याच्या अडचणी त्याला माहीत. परवाच लेक बाळंतपणाला येऊन गेली. पाचसहाशेला खड्डा. बोल पुढं."

एक बाळंतपण म्हणजे पाचसहाशे रुपये हे खरे होते. त्यात काही खोटे असण्याचे कारण नव्हते. पण या पाचसहाशेने काय कात होणार होता?

"खरं आहे. तेवढे पैसे जायचेच की."

"जावईबापू दिवाळसणाला यायचेत आता. लग्नापासून अजून त्यांना बोलविलं नव्हतं. आता आले म्हणजे चार-सहा तोळ्यांचं तरी काही करायला पाहिजे –"

"व्हय की."

येशा म्हणाला,

"चार-सहा तोळ्यांनी काय हुतंय? जास्तच लागायचे; पर कमी न्हाई."

"परवा देशपांडे वतनाच्या इनाम जमिनी रयताऊ करून घेतल्या. सरकारात पैसा भरणा करावा लागला. गेले का पैसे?"

"गेले की."

"या येशानंच मामलेदार कचेरीत भरणा केला. विचार त्याला."

येशने मान हलविली.

"व्हय. मीच गेलतो की कचेरीत."

"अन् परवा कुणाला पैसे दिले रे मी?"

"भानू शितोळ्याला."

"हो, बरोबर. भानुदास शितोळे आला होता. अर्ध्या रात्री मला उठवून चारशे रुपये घेऊन गेला. हातउसने नेले. पण होते पैसे. दिले."

ही लांबण अशी बरीच लांबली. आपल्या पैशाला कशा बारा वाटा फुटल्या हे आबाने विठोबाला सविस्तर वर्णन करून सांगितले. खुद्द आपल्यालाच पैशाची कशी चणचण आहे ते घोळून सांगितले. रसभरितपणे सांगितले. इतक्या सुरसपणे की त्या वेळी विठोबाजवळ जर चार पैसे शिल्लक असते, तर त्याने नक्की काढून आबाच्या हातावर ठेवले असते.

"मग आबा –"

"काय?"

"एवढी गरज न्हाई होत?"

आबा काही तरी उत्तर देणार होता. पण तेवढ्यात वावटळ आली. एकाएकी जोराचा वारा सुटला आणि डेस्कावरचे कागद इकडेतिकडे उडाले. वही फडफडत खाली पडली. ती गोळा करायचे निमित्त करून त्याने थोडा वेळ घालविला आणि मग काहीच उत्तर दिले नाही.

पाठीला लागलेल्या गार वाऱ्याने विठोबा एकाएकी शिरशिरला. एकदम ताठ होत म्हणाला,

"व्हय? मग?"

"अंहं. नाही जुळायचं."

"हे अगदी कायम का?"

"तसंच म्हणीनास."

हे उत्तर देताना आबाचा चेहरा नीटसा दिसला नाही. कारण पडवीत अंधार दाटू लागला होता. काळ्याभोर ढगांनी आभाळ भरून गेलं होतं. फिकट, अंधूक उजेड सगळीकडे पसरला होता.

विठोबा निराश झाला. अगदी हळू आवाजात बोलला,

"बराय – मग जातो मी."

विषय संपवून टाकीत आबा औपचारिकपणाने म्हणाला,

"हं, बाकी काय? – आणखी विशेष?"

"काही नाही."

"पाऊस येतोय का आज?"

"ह्ये आसं रोजचं चाललंय. कशाचा पाऊस येतोय अन् कशाचं काय?"

"हो. तेही खरंच म्हणा."

"बराय – रामराम."

"रामराम."

विठोबा झट्दिशी उठला. त्याने डोक्यावरचे मुंडासे सावरले. पायात वहाणा घातल्या. जवळ उभी केलेली काठी हातात घेतली.

पण तेवढ्यात पाऊस आलाच.

पावसाचे मोठेच्या मोठे थेंब टपाटपा खाली कोसळले. बघता बघता भुईवर थेंबांची रांगोळी उमटली. ओल्या मातीचा खमंग वास सगळीकडे घमघमला.

झपाट्याने आतल्या बाजूला सरकून बसत येशा म्हणाला,

"आला आला पाऊस! इटुबा, आता थांबा हितंच घडीभर. जराशानं का जाना?"

"नगं. जाईन मी तसाच. पाऊस कशाचा पडतोय? उगी आपली हूल ही."

विठोबा एवढे बोलला. बाहेर पडण्यासाठी त्याने पाय उचललादेखील; पण तेवढ्यात फार मोठी सर आली. पावसाचा जोर बघता बघता वाढला. पाहील तिकडे धारांचा पडदाच एकाएकी उघडला. भिजलेल्या जमिनीचा चिखल झाला आणि मग बाहेर पाऊल टाकणे अशक्यच झाले.

पाण्याच्या भाराने खाली लवलेल्या आभाळाकडे उभ्याउभ्याच विठोबा पाहत राहिला. हातातल्या काठीवर भार देऊन पाऊस थांबायची वाट पाहत राहिला. पण पाऊस थांबला नाही!

तो सारखा वाढत गेला. मुसळधार कोसळत राहिला.

दाट काळ्या रंगाने माखलेले आभाळ भरून भरून येऊन विलक्षण वेगाने रिते होऊ लागले. एक चमत्कारिक प्रकारचा अंधार सगळीकडे भरून राहिला. ढग गडगडत राहिले. विजा चमकू लागल्या. त्यांचा लखकन उजेड क्षणभर पडून

नाहीसा होऊ लागला. त्या उजेडात पाहावे तिकडे पावसाची संततधार दिसू लागली. रपरप असा आवाज कानावर एकसारखा पडू लागला.

तासाभरात सगळीकडे पाणीच पाणी होऊन गेले. गढुळ पाण्याचे लहान लहान ओघळ होता होता अखेर जिकडे-तिकडे पाण्याचाच विस्तार झाला. नांगरून पडलेली राने पाण्याखाली बुडाली. सुकलेली झाडे ओलीचिंब होऊन वाऱ्याच्या झोतात थरथरत उभी राहिली. त्यांच्या सगळ्या अंगावरून पाणी निथळू लागले. गढूळ पाण्याचा खळखळ असा आवाज पावसाच्या सगळ्या आवाजात मिसळून गेला. त्या पाण्यावर पुन्हा सरीमागून सरी कोसळत राहिल्या. पाण्यावर पाण्याचेच नक्षीकाम सुबकपणे उठून दिसू लागले आणि अखेरीला एका पावसाच्या आवाजाखेरीज दुसऱ्या कशाचेही अस्तित्व तेथे राहिले नाही.

ध्यानीमनी नसताना तास-दोन तास असा धुवांधार पाऊस कोसळला. सगळीकडे कसे स्वच्छ, प्रसन्न होऊन गेले!

पावसाचा जोर हळूहळू कमी झाला तेव्हा संध्याकाळ होत आली होती. धारांचा पडदा आता विरळ होत चालला होता. आभाळाचा भारही उतरला होता. हलका झाला होता. पोटात न मावणारा पदार्थ ओकून टाकल्यावर एखादे जनावर जसे निपचित पडून राहते, मधूनमधून उगीचच गुरगुरत राहते, तसे आभाळ मग शांत, निपचित पडले. थोडा वेळ ढग मात्र उगीच गडगडत राहिले, विजा चमकत राहिल्या. पण पाऊस हलके हलके ओसरत गेला आणि मग अखेरीस बारीक बारीक होत होत अलभ्य वरदान देऊन जाणाऱ्या एखाद्या प्रेमळ राक्षसाप्रमाणे एकदम अदृश्य झाला.

ढगांची पांगापांग झाली. आकाश आता चांगलेच निवळले. स्वच्छ निळा रंग पुन्हा डोळ्यांना जाणवला. मग ढगांच्या फटीतून एकाएकी मावळतीचा तांबूस सोनेरी प्रकाश बाहेर आला आणि झाडांच्या शेंड्यावर पडला. पावसात न्हाऊन निघालेला प्रकाश चिंब भिजलेल्या झाडाझाडांवर, पानापानांवर पडला आणि पाण्यात भिजलेली पाने शेंदरी रंगात भिजून निघाली, चमचमत राहिली. वाऱ्याच्या झोताने हा रंग हलू लागला, झोके घेऊ लागला. झाडाचा विस्तार उगीचच वाढल्यासारखा वाटू लागला. इतका वेळ दडून बसलेली पाखरांची दुनिया आता जागी झाली. बाहेर येऊन त्यांनी आपल्या कुलकुलीने अवघे वातावरण कोंदून टाकले. त्यांच्या या कुलकुलीला फार अर्थ आहे असे वाटू लागले. पाणी पिऊन काळी राने पुन्हा वर आली. मधूनमधून साचलेल्या पाण्यामुळे ती चमकत राहिली. आयने जडविलेल्या झुलीसारखी ती शोभिवंत दिसू लागली.

त्यांची तृप्ती पाहून डोळे निवले.

वरुणदेवांची ही कृपा भरल्या डोळ्यांनी पाहत विठोबा कितीतरी वेळ उभाच होता.

वेळ किती गेला याचे त्याला भान नव्हते. दुपार उलटली होती. संध्याकाळच्या खुणा झाडांच्या माथ्यावर तांबड्या रंगात उमटल्या होत्या. डोळ्यांना गारवा वाटत होता. अंगाला गार वारे झोंबत होते. उभे राहून राहून विठोबाच्या पायाला रग लागली होती; पण त्याचे भान हरपले होते. एकाग्र मनाने तो ही देवाघरची जादू पाहत होता. मंत्रमुग्ध होऊन पाहत उभा होता. त्याच्या डोळ्यात पाणी येत होते.

पडवीत केव्हाचा अंधार पसरला होता. पावसाच्या सरी तिरप्या आत कोसळल्या होत्या. त्यामुळे भुई भिजली होती. गार वाऱ्याच्या लाटा अंगावर अधूनमधून आदळत होत्या. सगळे काम थांबवून आबा अवचित कोसळणाऱ्या पावसाकडे पाहत राहिला होता. त्याच्या तोंडाकडे बघत येशा गप्प बसून होता. घटकाभर तो बाहेर बघत होता. घटकाभर मालकाच्या चेहऱ्याकडे निरखून पाहत होता.

पिवळे ऊन पुन्हा पडवीत आले. आबाच्या तोंडावर तिरपा उजेड थोडा वेळ पडला आणि आबा भानावर आला. आपल्याकडे पाठ करून उभ्या राहिलेल्या विठोबाला त्याने एकाएकी हाक मारली.

"विठोबा –"

पण बराच वेळ बोलण्याचा प्रसंग न आल्यामुळे त्याच्या घशातून नीट आवाज बाहेर आलाच नाही. घोगरा आला. विठोबाला काहीच ऐकू गेले नाही. त्याने घसा स्वच्छ केला. परत हाक मारली,

"विठोबा –"

विठोबाने मागे वळून पाहिले. आबाला त्याचा चेहरा फुललेला दिसला.

"निघालोच न्हवं का मी. आता जास्त थांबत न्हाई."

आबा वरमून म्हणाला,

"थांबण्याबद्दल कुठं काय म्हणतोय तुला मी? लागेल तितका वेळ बस." असे म्हणून आबा त्याच्याकडे बघून हसला. थोडा वेळ दम खाऊन त्याने विचारले,

"काय जोरदार पाऊस झाला नाही?"

"जोरदार तर झालाच. पण अगदी टायमाला झाला."

येशा जमिनीचे पोपडे काढत बोलला,

"हां. अगदी टायमाला. आता वाफसा आला की पेरऱ्या झाल्याच म्हून समजा. आता काय भ्या न्हाई."

"खरं?"

"व्हय की."

पेरण्यांचा पाऊस झाला असे म्हटल्याबरोबर आबाच्या डोळ्यांसमोर नाना चित्रे उभी राहिली. त्याच्या मनाने सात-आठ महिन्याचा काळ केव्हाच ओलांडला. पेरण्या झाल्या आणि सुगी आलीसुद्धा. नांगरून पडलेल्या काळ्या रानाच्या जागी हा-हा म्हणता हिरव्यागार ताटांचा विस्तार झाला. वाऱ्याच्या झोक्याने गच्च भरलेली कणसे डुलू लागली. सकाळ-संध्याकाळ धान्यावर झेप टाकीत भोरड्या-चिवळांचा थवा हिंडू लागला. राखणीला आटोळ्यावर उभ्या राहिलेल्या गड्याचे आवाज कानावर पडू लागले. गोफणींचे फटकारे ऐकू येऊ लागले आणि अखेर शेवटी धान्याच्या राशीने गच्च भरलेले खळे....

आबा विठोबाला म्हणाला,

"बस की रे, उभा का मघाधरनं."

विठोबा हसत हसत म्हणाला,

"कशाला बसू? काम तर संपलं मघाशीच."

आबाने गडबडीने मान हलवली.

"वा! काम संपतंय कसं? आता इतका तू नडीत आहेस, तर द्यायला नको तुला पैसे?"

त्याच्याकडे टक लावून पाहत आश्चर्याने, कुतूहलाने विठोबा नकळत खालीच बसला.

"म्हंजे? पैशे देताय तुमी?"

"देताय म्हणजे? नको द्यायला तुझी एवढी नड असल्यावर?"

"पन – पन तुमीच मघाशी म्हणाला...."

"काय?"

"पैशे न्हाईत माज्याजवळ म्हणून. भाना शितोळ्यालाच कसंबसं चारशे दिलेत."

"दिले ना. नाही कोण म्हणतो? पैसे नाहीत ही गोष्ट खरीच; पण आता तू अडचणीत आहेस म्हटल्यावर करायला पाहिजे सोय काहीतरी."

"न्हाई, पन तुमचा उगीच खोळंबा –"

विठोबा हे सहज बोलला की उपरोधाने हे आबाला नीटसे कळले नाही; पण तो मान हलवून बोलला,

"खोळंबा कसला आलाय त्यात?"

विठोबा म्हणाला, "पन जावईबापू येयाचे. कायबाय करावं लागलंच की तुमाला."

"ह्यॅ...! जावयबापू आल्यानं काय होणार? अरे, सणात पाहुणा तृणासमान. त्यांची व्यवस्था करून ठेवलीय मी."

"तसं न्हवं, पर –"

"अरे, पैसे पैसे काय मिळून जातील. पण वेळ येत नसते पुन्हा ही.'' असे संभाषण झाले आणि आपल्यापुढे अडचणी असल्या तरी त्या फारशा महत्त्वाच्या नाहीत असे आबाने निक्षून सांगितले. काही झाले तरी विठोबाची अडचण महत्त्वाची होती. त्यातून त्याची सुटका करणे हे केव्हाही मोठे काम होते. त्यात हयगय करणे बरे नव्हते. आबाने विठोबाला ही गोष्ट बजावून सांगितली.

शेवटी तो म्हणाला,

"व्याज मात्र गड्या द्यायला पाहिजे हा ठरल्याप्रमाणे! त्यात चुकू नको म्हणजे झालं.''

विठोबाने अगदी कोरडेपणाने विचारले,

"काय व्याज?''

आबा हसत हसत म्हणाला,

"जास्त नाही. रुपयाला महिन्याला अर्धा आणा. सगळ्यांकडनं घेतो तेच तुला.''

"व्हय का?''

आबाला वाटले, विठोबाला आपल्या बोलण्याची खात्री पटली नाही. थोडा पोटात संशय आहे. म्हणून तो म्हणाला,

"विचार कुणालाही पाहिजे तर. माझा व्यवहार स्वच्छ, सरळ असतो.''

"न्हाई, त्ये मला म्हाईत हाय.''

एवढे बोलून विठोबा उठला. मघाशी गडबडीत डोक्याला कसेबसे गुंडाळलेले मुंडासे त्याने नीट बांधले. पावसाचे शिंतोडे येऊन ओल्या झालेल्या वहाणा पायांत अडकविल्या. काठी हातात घेतली आणि तो वळला.

आबा आश्चर्याने बघत राहिला. एकाएकी विठोबा उठून चाललेला बघून त्याला काही कळेनासे झाले. तो म्हणाला,

"म्हणजे? चाललास कुठं?''

"घरी.''

"का?''

"का म्हणजे? कामं खोळंबली हायेत. आता उद्यापासनं उद्योग लागला ना पाठीमागं. पुन्हा येळ मिळणार न्हाई.''

विठोबाने एवढे उत्तर दिले आणि तो खरंच निघाला. उद्याच्या पेरणीच्या ओढीने निघाला. बाहेरच्या राडीत त्याने पाय टाकलासुद्धा. पेरणी म्हटल्यावर येशा महाराच्या समोर एकदम सुगी उभी राहिली. झटक्याने कमरेची तंबाखूची पिशवी काढून ती पुढे करीत तो म्हणाला, "इटुबा, हां, ही घ्या तमाखू. बायली पिशवी कमरलाच हुती. इसरूनच गेलो मी.''

विठोबा काही बोलला नाही. मुकाट्याने त्याने तंबाखूच्या पिशवीतील चिमट उचलली आणि दाढेला ठेवली. पिशवी परत येशाकडे टाकून तो निघाला. चार पावलं पुढे गेला.

आबा उठून त्याच्या पाठीमागे आला. ओरडून म्हणाला,

"अरे, पण तुला कर्जाऊ पैशे पाहिजे होते ना?"

"व्हय, पायजे हुते –"

"मग? देतो ना तुला. बस घटकाभर."

हे ऐकल्यावर विठोबाची दृष्टी एकाएकी पाण्याने चिंब भिजलेल्या काळ्या रानाकडे गेली. त्याच्या मनाने सात-आठ महिन्यांचा काळ केव्हाच ओलांडला. पेरण्या झाल्या आणि सुगी आलीसुद्धा. नांगरून पडलेल्या काळ्या रानाच्या जागी हां-हां म्हणता हिरव्यागार ताटांचा विस्तार झाला. वाऱ्याच्या झोकाने गच्च भरलेली कणसे डुलू लागली. धान्यावर झेप टाकीत देशोदेशींहून आलेला भोरड्या-चिवळ्यांचा थवा हिंडू लागला. राखणीला आटोळ्यावर उभ्या राहिलेल्या गड्यांचे आवाज कानावर पडू लागले. गोफणीच्या फटकाऱ्यांनी सगळे आकाश कोंदून गेले आणि अखेरीला धान्याची ही रास गाड्यांतून मिरवीत घरी आली....

एकाएकी विठोबा भानावर आला. ताठ होऊन करड्या आवाजात म्हणाला,

"पैसे तुमच्याजवळच ऱ्हावू द्या. आता मला त्याची काही गरज न्हाई."

□

# तैलबुद्धी देवदत्त : एक अनुभव

पित्याच्या पश्चात त्याच्या सर्व संपत्तीचा देवदत्त उत्तराधिकारी झाला, तेव्हा तो पूर्ण यौवनदशेत होता. आजपर्यंत कसल्याच गोष्टीचे न्यून न पडल्यामुळे त्याच्या गोऱ्यापान शरीरावरील बाळसे टिकून होते. त्याच्या दंडाला गोलाई होती आणि त्याचे गाल फुगलेले होते. तारुण्याने त्याचे अंग फारच मुसमुसत होते. धमन्यातील रक्त सारखे सळसळत होते. यौवन आणि धनसंपत्ती या दोन्ही गोष्टी त्याच्याजवळ होत्या; पण तरीसुद्धा तो अविचारी नव्हता. फार लहानपणापासून ग्रंथवाचनाची त्यास गोडी होती. त्यामुळे विलास आणि उपभोग यात वेळ घालविण्यापेक्षा वेडीवाकडी तोंडे करीत ग्रंथ वाचणे, हे त्याला प्रिय होते. आपण फार बुद्धिमान आहोत असे त्याने आश्रित मंडळींकडून बऱ्याच वेळा ऐकले होते. त्यामुळे खूप ज्ञान मिळवावे आणि पंडितपदवीप्रत पोचावे अशी महत्त्वाकांक्षा त्याला निर्माण झाली. एके दिवशी विचार करता करता त्यास अकस्मात असे सुचले की, आपण खूप परिक्रमा करावी. प्रवास करावा. नाना देशचे नाना लोक पाहावे, ठिकठिकाणच्या चालीरीती, आचारविचार, पद्धती यांची माहिती घ्यावी. म्हणजे आपण आपोआपच पंडित होऊन जाऊ. देशाटन केल्याने बहुविध विद्वानांशी मैत्री होते, सर्वत्र संचार होतो आणि एकंदरीत आपल्या मस्तकात ज्ञानाचा प्रचंड संचय होतो, असे त्याने जुन्या ग्रंथात वाचले होते.

मनात असा विचार आल्याबरोबर देवदत्ताने प्रवासाची सगळी सिद्धता केली. बांधाबांध केली आणि आपल्या वृद्ध सेवकास घर सांभाळण्यास सांगून एके दिवशी तो देशांतरास निघाला. जो निघाला तो अनेक वर्षे भ्रमण करीत राहिला. मद्र, केरल, अंग, वंग, पांचाल कोसल, मगध, कुरू इत्यादी अनेक देशांतून हिंडता हिंडता किती काळ लोटला याचे त्याला स्मरणही राहिले नाही. या काळात त्याने नगरे पाहिली आणि कुग्रामेही पाहिली, वने पाहिली आणि उपवनेही पाहिली. ठिकठिकाणचे रम्य आणि रौद्र सृष्टीसौंदर्य निरखून घेतले. लोकांच्या चित्रविचित्र आचारांचे सूक्ष्म निरीक्षण केले. अखेरीस कुंडिनपूरच्या विद्यापीठात काही काळ काढून, न्याय, तर्क,

वेदान्त ही सर्व शास्त्रे त्याने मुखोद्गत केली आणि अकटोविकटो ज्ञान मिळविले. इतके मिळविले की ते त्याच्या मस्तकात अगदी मावेनासे झाले. त्याला सगळे जण 'पंडित' म्हणू लागले. परत जातेवेळी आचार्यांनी 'तैलबुद्धी देवदत्त' असे संबोधून त्याचा मोठा गौरव केला. त्यामुळे तर त्याची सर्वत्र प्रशंसा होऊ लागली.

इतके झाल्यावर मात्र पंडित देवदत्त मनात संतुष्ट होऊन गेला. आपण बरीच विद्वत्ता मिळविली हे त्याच्या ध्यानात आले. काळही बराच लोटला तेव्हा आता घरी परतावे, असा त्याने मनाशी निश्चय केला. पूर्वी प्रवासाला निघताना एका पाथेयाविना अन्य काही बरोबर नसे; पण आता निरनिराळ्या ग्रंथांचा एक भाराच साठला होता. त्यांचे गाठोडे बांधून त्याने प्रवासाची सिद्धता केली आणि एके दिवशी ब्राह्म मुहूर्तावर तो निघाला. फार दिवसांनी स्वगृही निघाला.

अनेक वाहनांतून प्रवास करीत, निरनिराळ्या नद्या आणि अरण्ये ओलांडीत शेवटी तो पायी निघाला, तेव्हा त्याचे ग्राम अगदी समीप आले होते. मधे मार्गात एक लहानसे नगर होते. तिथून पुढे दोन क्रोशांवरच त्याचे गाव होते. या नगरीत अस्तमानाला पोचल्यावर घटिकाभर विश्रांती घ्यावी आणि मग पुढे चालू लागावे असे त्याने मनात योजले होते.

पण मन एक चिंतीत असते आणि दैव काही दुसरेच ठरवीत असते!

पंडित देवदत्त त्या नगरात पोचला त्या वेळी नुकताच सूर्यास्त झाला होता. दिवस संपला होता आणि रात्र पडू लागली होती. आकाश आषाढमेघांनी झाकोळून गेले होते. गार वारा सतत अंगाला झोंबत होता. पाऊस एकदा पडून गेला होता आणि पुन्हा पडेल अशी चिन्हे दिसत होती. सर्वत्र चिखल आढळत होता. किंचित भुरभुर मध्येच सुरू होई आणि पुन्हा बंद पडे. देवदत्ताने पाहिले, कोठे बसावे म्हटले तरी कुठेही कोरडी जागा दिसत नव्हती.

हातातील ग्रंथांचे गाठोडे सांभाळीत देवदत्त एका प्रचंड वाड्याखाली धावला. इकडेतिकडे पाहत त्याने स्कंधावरील ओझे खाली ठेवले. 'हुश्श' करून तो किंचित ओलसर जागेवर बसला. तोंडाने नि:श्वास सोडू लागला. तेवढ्यात आपल्याला कुणीतरी बोलावीत आहे असा त्याला भास झाला.

"शुक शुक –"

त्याने वळून पाहिले.

वाड्याच्या मुख्य द्वारापाशी एक दासी हातात दीप घेऊन उभी होती.

"शुक शुक –"

देवदत्ताने छातीवर बोट ठेवून विचारले,

"कोण मी?– की मार्जार?"

"तुम्हीच."

"काय काम आहे?"

"शुक. जरा हळू."

असे म्हणून ती दासी हातातील दीप सांभाळीत त्याच्याकडे आली.

"तुम्हाला आमच्या स्वामिनीने बोलविले आहे."

"कोण बुवा?"

दासीने त्या प्रचंड प्रासादतुल्य वाड्याकडे अंगुलिनिर्देश केला.

"या वाड्याची स्वामिनी श्रेष्ठी कनकसेन यांची भार्या."

पंडित देवदत्ताला काही अर्थबोध झाला नाही. त्याने गोंधळून विचारले,

"का बरं? माझा आणि त्यांचा मुळीच परिचय नाही."

पंडिताच्या प्रश्नाला उत्तर म्हणून दासीने जे निवेदन केले त्याचा इत्यर्थ इतकाच होता की, श्रेष्ठीची ही भार्या फार धार्मिक वृत्तीची स्त्री होती. पंडितजींची मूर्ती ग्रंथसंभार होऊन लगबगीने आपल्या मार्गाने चालली असताना तिच्या स्वामिनीने त्यांना पाहिले होते. पंडितजींची श्रमलेली मुद्रा पाहून ते पांथस्थ आहेत, हे तिने अचूक ओळखले होते. आल्या-गेल्या पांथस्थाला अतिथी म्हणून बोलविणे आणि त्याचा योग्य आदरसत्कार करणे हे आपले कर्तव्य आहे, असे तिला वाटते. याच भावनेने तिने या दासीला मुद्दाम पाठविले होते.

हा वृत्तान्त ऐकून देवदत्त अंतर्यामी मोठा प्रसन्न होऊन गेला. त्या स्त्रीविषयी त्याला मोठाच पूज्यभाव वाटला. गडबडीने गाठोडे खांद्यावर टाकीत तो म्हणाला,

"बरे तर, चला."

आणि त्या दासीला अनुसरीत त्याने त्या भव्य वाड्यात पाऊल ठेवले. आतला चौक पार केला. टांगलेल्या दिव्याच्या अंधूक उजेडात इकडेतिकडे पाहत दालनामागून दालने ओलांडली. आत माणसाचा वावर फारसा कुठेच दिसत नव्हता. वाडा मात्र मोठा भव्य होता, उत्तुंग होता. वर टांगलेल्या हंड्या-झुंबरांकडे पाहता पाहता आपण एका भव्य, प्रकाशमय दालनात केव्हा आणि कसे येऊन पोचलो हे देवदत्ताला कळलेही नाही.

"आपण इथेच थांबावे. देवी येतीलच इतक्यात." असे म्हणून दासी निघून गेली.

देवदत्ताने त्या भव्य दालनात सर्वत्र दृष्टी फिरवली आणि तो थक्क होऊन उभा राहिला.

खरोखर असे वैभव आपण कोठेच पाहिले नाही असे त्याला वाटले. ठिकठिकाणी नक्षीदार खांब होते. त्या प्रशस्त शिसवी खांबांनी वरचे घाटदार छत तोलून धरले होते आणि त्या छताला टांगलेली मौल्यवान हंड्या-झुंबरे रंगीबेरंगी प्रकाशांनी झगमगत होती. तेथे वेलपत्तींनी मढविलेल्या कमानी होत्या. चित्रविचित्र आकारांची

गवाक्षे होती. चीनांशुकांनी मढवलेली मृदू आसने होती. या सगळ्या रचनेने त्या जागेचे सौंदर्य आधीच खुलले होते. त्यातून हंड्यांतील पारदर्शक प्रकाश सगळीकडे भरला होता आणि झुंबरातून, मखमलीतून, काचपात्रांतून परावर्तित होऊन पुन्हा सर्वत्र फाकला होता. कोठेतरी धूप जळत होता. त्याचा मंद वास वातावरणात रेंगाळत होता. नाना प्रकारच्या सुगंधी द्रव्यांनी सगळे आसमंत भरून गेले होते. तेथे क्षणभर उभे राहिले तरी मन धुंद होत होते. अंगावर रोमांच उभे राहत होते. इंद्रपुरीतील एखाद्या वैभवशाली प्रासादात तर आपण प्रवेश केला नाही ना, असा पाहणाऱ्याला संभ्रम पडत होता.

या अशा वैभवाचे वर्णन आपण कोठल्यातरी ग्रंथात वाचले आहे. कोणते बरे ते काव्य? नैषध की शिशुपालवध? नक्की स्मरत नाही. ग्रंथच काढून पाहिला पाहिजे. त्याशिवाय नाही आठवायचे.

देवदत्ताने खाली बसून ग्रंथांचे गाठोडे सोडले आणि निरनिराळ्या पोथ्या चाळण्यात तो अगदी निमग्न होऊन गेला.

तेवढ्यात कुणाची तरी मंद पावले वाजली म्हणून त्याने मान वर करून पाहिले. एक तरुण रूपवती स्त्री त्याच्या सन्मुख उभी होती!

केतकीचे गोरेपण. सरल नासिका. कृष्णकमलाशी स्पर्धा करणारे सुंदर नेत्र आणि कृश शरीरयष्टी.

ते रूप पाहताच पंडित देवदत्ताचे डोळे एकदम दिपल्यासारखे झाले. अनेक ग्रंथांतील एकच वर्णन आपल्यासमोर साकार होऊन उभे आहे असे त्याला वाटले. पोथीचे सूत्र हातात धरून तो तसाच तिच्याकडे पाहत राहिला.

पण काही झाले तरी पंडित देवदत्त हा तर्कधुरंधर होता. अनेक शास्त्रांत त्याची उत्तम गती होती. हीच या वाड्याची स्वामिनी हे त्याच्या चाणाक्ष बुद्धीने लगेच ओळखले आणि तो सावध झाला. नीटनेटके बसून त्याने तिला प्रणाम केला.

त्या रूपवतीने सुहास्य मुद्रेने त्या प्रणामाचा स्वीकार केला. मग एका आसनावर हलकेच बसून तिने मंजूळ स्वरात म्हटले,

''आपणही आसनावर बसा ना. खाली भूमीवर कशाला?''

''आहे – बरं आहे.''

असे देवदत्त म्हणाला खरे; पण तिचा फारच आग्रह दिसला तेव्हा तो तिच्या जवळच्या दुसऱ्या एका आसनावर बसला.

मग पुन्हा तिने विचारले,

''आपले शुभनाव –''

''देवदत्त. मला पंडित देवदत्त म्हणतात.''

देवदत्त हे बोलत असताना तिने त्याच्याकडे बराच वेळ निरखून पाहिले.

"वा! आपण पंडित आहात? आपल्या दर्शनाने फारच आनंद झाला मला. आता घटिकाभर काव्यशास्त्रविनोदात वेळ जाणार तर!''

एवढे बोलून ती हसली. तिच्या मुखातील शुभ्र दंतपंक्ती क्षणभर चमकली आणि नाहीशी झाली. हंड्यातला विविधरंगी प्रकाश तिच्या हसर्‍या मुखावर पडला आणि तिच्या रूपाने या रंगांना काही वेगळीच शोभा प्राप्त झाली. अशा या सुंदर हास्याचे वर्णन कितीतरी कवींनी केल्याचे देवदत्ताला सत्वर आठवले आणि या काव्यपंक्ती त्याच्या डोळ्यांसमोर लगेच उभ्याही राहिल्या. केवळ तिच्यामुळेच या ज्ञानाची उजळणी करण्याची संधी मिळाली, या विचाराने त्याला त्या स्त्रीविषयी फारच आदर वाटला.

"आपण कोणत्या शास्त्रातले पंडित आहात म्हटले?''

हा प्रश्न ऐकताच पंडित देवदत्ताची मुद्रा एकदम प्रफुल्लित झाली. छाती फुगवून तो म्हणाला,

"आता खरे सांगायचे म्हणजे विनय सोडून बोलायला पाहिजे —''

"सोडा थोडासा.''

"मी सगळ्या शास्त्रांत पारंगत आहे. अमुक एक विषय मला अवगत नाही असे नाही. काव्य, तर्क, न्याय, मीमांसा, वेदान्त, व्याकरण – सगळं काही. माझी बुद्धी सर्व दिशांना धावते.''

आपले हे बोलणे ऐकून तिने डोळे विस्फारले हे देवदत्ताला अगदी स्पष्ट दिसले.

"अगंबाई! मग तुम्ही वादविवादही खूप केले असतील.''

"तर!... कितीतरी वाद मी जिंकले. उगीच नाही मला 'पंडित' ही पदवी मिळाली. आमच्या आचार्यांनी तर माझा 'तैलबुद्धी' म्हणून गौरव केला ना!''

"खरंच?'' तिने आश्चर्याने वक्षावर एक हात ठेवला.

"अगदी खरं.''

"मग मी आज अगदी अनुग्रहितच झाले म्हणायचे.''

एवढे संभाषण झाले आणि मग तिने बाजूला ठेवलेली उपाहाराची ताटे पुढे केली. ताटातील पदार्थांच्या रुचकर वासामुळे देवदत्ताची क्षुधा जागृत झाली. पहिल्यांदा तो संकोचाने मान हलवून 'नाही' म्हणाला, पण नंतर तिने आग्रह केल्यावर एकामागोमाग एक असे बरेच पदार्थ त्याच्या पोटात गेले. दोन-तीन भरलेली ताटे त्याने अल्पावकाशात संपविली. त्याचा हा आहार चालू असताना त्या श्रेष्ठीमायेने त्याला त्याच्या पांडित्याबद्दल अनेक प्रश्न विचारले आणि त्यानेही अधूनमधून खाणे खंडित करून तिच्या जिज्ञासू वृत्तीचे समाधान केले. जंबुद्वीपातील सर्व देश आणि मोठमोठी नगरे आपण कशी पाहिली, तिथे आपणाला कोणकोणत्या गोष्टी आढळल्या, लोकांच्या नानाविध चालीरीती आणि आचारविचार यांचा मनोरंजक

अनुभव कसा आला, कुंडिनपूरच्या विद्यापीठातून प्रकांडपंडित होऊन आपण कसे बाहेर पडलो, हे देवदत्ताने मोठ्या सुरसपणे तिला सांगितले. या अनुभवावर आधारित 'अनुभवचंद्रिका' या नावाचा एक ग्रंथही आपण लिहिणार असल्याचे त्याने शेवटी निवेदन केले.

देवदत्त हे सगळे वर्णन करीत असताना ती तरुण स्त्री टक लावून एकसारखी त्याच्या मुखाकडे पाहत होती. मधूनमधून प्रशंसेचे आणि आश्चर्याचे उद्‌गार तिच्या तोंडून बाहेर पडत होते. शेवटच्या ग्रंथलेखनाचा संकल्प ऐकून तर ती फारच प्रसन्न झाली असावी, असे देवदत्ताला वाटले. कारण तिच्या मुखावर पुन्हा एकदा ते देवदुर्लभ हास्य पसरले आणि ती आपल्या मुखमंडलाकडे सातत्याने पाहतच राहिली, हे त्याला अगदी स्पष्ट दिसले.

"एकदा एक शून्यवादी पंडित मला भेटला." शेवटच्या मोदकाचा दातांनी लचका तोडीत देवदत्त म्हणाला, "त्याने मला वादाचे आव्हान् दिले –"

"मग? काय झाले त्या वादात?"

"काय व्हायचे? त्या शून्यवाद्याने मोठी सभा भरवली – पंडितांची. प्रहरभर आरडाओरडा करून त्याने पूर्वपक्ष मांडला –"

"कसला बाई?"

"म्हणाला, जग हे शून्य आहे. कशालाच अस्तित्व नाही. अस्तित्व हे नाहीच मुळी. अस्तित्वाची कल्पनाच शून्यवत आहे."

"अगंबाई! मग?"

"मग काय?" देवदत्त पंडित अभिमानाने नाक फुगवून हसला. "प्रहरभर तो बोलला. बोलून बोलून थकला तेव्हा मला म्हणाला, तू द्वैतवादी ना? दे उत्तर आता. कर उत्तरपक्ष."

"काय सांगितलेत तुम्ही?"

"मी दोनच वाक्ये बोललो. म्हणालो, 'जग हे शून्यवत आहे, अस्तित्वाची कल्पनाच शून्यवत आहे असे म्हणणारा तू तरी अस्तित्वात आहेस ना? झाले तर मग. तूच स्वत: तुझ्या तत्त्वज्ञानाचे खंडन केलेस. आता मी आणखी निराळे उत्तर काय देणार?'– त्याचबरोबर सभेत असा हशा झालाय म्हणता! मान खाली घालून तो पंडित मुकाट्याने निघून गेला. अशी गंमत. माझ्या बुद्धिमत्तेची ज्याने-त्याने त्या वेळी फार प्रशंसा केली."

"तुम्ही आहातच बाई बुद्धिमान. रूपासारखीच तुमची बुद्धीही आहे."

हे सगळे होईपर्यंत देवदत्ताचे खाणे आटोपले होते. जलप्राशन करून त्याने तांबूलही भक्षण केला होता. अंगावरील उत्तरियाने तोंड पुसून त्याने तिच्याकडे पाहिले, तेव्हा ती डोळ्याची पापणीही न लववता आपल्याकडे पाहत आहे असे

त्याला दिसून आले. तिच्या या एकाग्रबुद्धीची त्याने मनातल्या मनात मोठी वाखाणणी केली. खरोखर वेदान्त हा केवढा गहन आणि क्लिष्ट विषय. स्त्रियांचे तर ते कामच नव्हे. पण ही स्त्री किती वेळ तरी मोठ्या एकचित्त वृत्तीने हे सर्व श्रवण करीत आहे. खरोखर हिची धन्य आहे!... आपल्याकडे पाहत पाहत किंचित कळत नकळत तिच्या गालावर उमटलेले हास्य, भुवयांची होणारी वक्र गती आणि नेत्रांची तिरकस दृष्टी या गोष्टींची तर देवदत्ताला फारच मौज वाटली. कारण आत्तापर्यंत वाचलेल्या ग्रंथात कोठेही स्त्रियांचे हे विभ्रम त्याच्या वाचनात आले नव्हते.

आपल्या बुद्धिमत्तेबद्दल तिने व्यक्त केलेला अभिप्राय ऐकून पंडित देवदत्ताला फार हसू आले.

"तुम्हाला काही प्रश्न विचारायचा असला तर विचारा ना, कसे त्वरित उत्तर देतो पाहा तर खरे."

"आता तुम्हाला मी काय विचारणार बाई?"

असे म्हणून तिने हसत हसत पदराशी चाळा केला. त्याच्याकडे एकदा टक लावून पाहत ती गालात खुदकन हसली.

"पण तुम्ही म्हणताच आहात एवढं, तर एक साधा प्रश्न विचारते बाई – उगीच आपली गंमत हं."

"विचारा ना."

"अं –" असे करीत ती थांबली. पुन्हा एकदा तिने देवदत्ताकडे तिरपे पाहिले.

"आत्ता या ठिकाणी, या वेळेला –"

"हं."

"सर्वांत सुंदर वस्तू काय आहे सांगा पाहू?"

"हात्तेच्या! हाच का प्रश्न शेवटी?"

"हाच. पण द्या ना उत्तर."

देवदत्ताला फार हसू आले. काय हा बालिश प्रश्न. एखाद्या गजराजाला अरण्यात जाऊन दूर्वा आणशील का असे विचारण्यासारखेच आहे हे. शेवटी स्त्रीबुद्धी ती स्त्रीबुद्धीच.

"तुम्ही सहज विचारलेत, पण अगदी चकित करतो पाहा तुम्हाला."

त्याने हसत हसत तिच्याकडे पाहिले तेव्हा तीही खुदुखुदु हसली.

"सांगू."

"सांगा."

आपले उजळ मुख किंचित पुढे करून ती लावण्यवती उत्सुकतेने त्याच्याकडे पाहत राहिली.

देवदत्ताने पुन्हा एकदा गाठोडे सोडले. त्यातली एक पोथी हातात घेऊन त्याने

तिला दर्शविली.

"हे पाहा."

"हे काय?" तिने आश्चर्याने विचारले.

"सर्वांत सुंदर वस्तू."

"कोणती?"

"योगवासिष्ठ." देवदत्त गंभीरपणे म्हणाला.

"योगवासिष्ठ?"

"होय. फारच सुंदर ग्रंथ. या ग्रंथाची प्रत फारच दुर्मिळ आहे सध्या. आता बोला, केले की नाही चकित तुम्हाला?"

"केलेत खरे."

देवदत्ताला संशय आला. तिच्या स्वरात थोडी दुःखाची छटा असावी का? तिच्या चेहऱ्यावरची प्रफुल्लताही एकाएकी कमी झाल्यासारखी दिसली. शब्दही जड स्वरात का आले? कशाने बरे? एकाएकी या गुणवतीला झाले तरी काय?

त्याने निरखून पाहिले तो तिच्या डोळ्यांत पाणीही उभे राहिलेले दिसले. थोडा विचार केल्यावर देवदत्ताला एकदम उलगडा झाला. 'बरोबर आहे. या स्त्रीला आता निद्रा येऊ लागली असली पाहिजे. आपल्या आतिथ्यात भलताच वेळ गेला तिचा. छे, छे! आता या साध्वीला अधिक त्रास देणे बरे नव्हे.'

पंडित देवदत्ताने इकडे तिकडे पाहिले. त्याच्या ध्यानात आले की, या सर्व गप्पांत प्रहर लोटला होता आणि जिकडे तिकडे सामसूम झाली होती. बाहेर घनांधकार पसरला होता. मेघांचा गडगडाट सुरू झाला होता. मधूनमधून विजाही चमकत होत्या. आता किंचित वृष्टीही सुरू झाली होती आणि गवाक्षांच्या छिद्रांतून येणारे गार वारे अंगावर काटा उभा करीत होते.

दालनादालनातले दीप आता डोळे मिटत होते. सगळीकडे अंधार भरत होता. शेवटी सगळे दीप मालवले. सबंध वाडा काळोखाच्या मगरीने गिळून टाकला आणि तेच एकमेव दालन प्रकाशमय राहिले.

तर्कपंडित देवदत्त एकदम भानावर आला. म्हणाला,

"अरे! निद्रासमय झाला वाटते?"

डोळे पुसून ती हसली.

"होय, सारे सेवक, दासी झोपली आहेत. आता तुमच्या-माझ्याविना कुणी जागं नाही इथं."

हे ऐकून देवदत्ताला फारच लज्जा प्राप्त झाली. 'अरेरे! आपण भलताच समय व्यतीत केला. या आर्येला केव्हापासून निद्रा येऊ लागली असेल! पण बिचारी केवळ आपल्यासाठी तिष्ठत राहिली. आपणाला एवढे कसे अवधान राहिले नाही बरे?'

त्याने तिच्याकडे क्षमायाचनेच्या दृष्टीने पाहिले.

''बरे तर. मी फारच कालक्षेप केला. जातो आता.''

''जाता?''

हे तिने इतक्या आश्चर्याने विचारले, की देवदत्ताला फारच विस्मय वाटला.

''होय.''

''मला – मला वाटते, तुम्ही आता जाऊ नये.''

देवदत्त गोंधळला.

''म्हणजे?''

''म्हणजे – तुम्ही इथेच निद्रा केली तर?''

''का बरे?''

देवदत्ताने चकित होऊन हा प्रश्न विचारला आणि त्याला असे वाटले की हा प्रश्न विचारल्यावर त्या साध्वीची मुद्रा क्षणभर गोंधळल्यासारखी झाली.

''कारण –''

''हं –''

''कारण – बाहेर पाऊस आहे. अशा अपरात्री आता बाहेर जाण्यापेक्षा इथेच निद्रा घेतलेली बरी. नाही का?''

हे आर्जवी बोलणे ऐकून पंडित देवदत्ताच्या मनाला एकदम संतोष झाला. थोडेसे आश्चर्यही वाटले. काय ही आतिथ्यशील गृहिणी! खरी कर्तव्यदक्ष स्त्री. अशी धार्मिक, अतिथिपरायण स्त्री आपण कुठेतरी पाहिली आहे का? कोण कुठचा पांथस्थ – पण त्याच्यासाठी तिच्या जिवाची केवढी ही उलघाल! धन्य धन्य! आपल्या 'अनुभवचंद्रिके'त या आयेचा उल्लेख अवश्यमेव केला पाहिजे.

देवदत्त आदर आणि कौतुक या दोन्ही भावनांनी तिच्याकडे पाहत राहिला. ते पाहून स्मित करीत तिने मान खाली घातली. देवदत्ताच्या पंडित हृदयाला तिची ही शालीनता पाहून पुन्हा एकदा संतोष झाला.

वरपांगी थोडीशी कुरकुर करीत तो म्हणाला,

''पण तुम्हाला उगीच त्रास –''

पदराशी चाळा करीत आणि किंचित हसत ती चंद्रवदना मंजूळ स्वराने म्हणाली,

''त्यात कसला आला त्रास! सगळी व्यवस्था आहे. सर्व सिद्धता आहे. तुम्हीच फक्त होकार द्यायची वाट आहे.''

गृहस्थधर्माला भूषण ठरणारे तिचे हे उद्गार ऐकून देवदत्ताला मनातून फारच संकोच वाटला, अशा या स्त्रीचे मन मोडून बाहेर जाण्यात काय सौरस्य होते? नाही तरी अशा अपरात्री आपण बाहेर काय करणार आहोत? यापेक्षा इथेच राहावे हे बरे.

म्हणजे निदान तिला तरी मनाचे समाधान लाभेल.

विचारी देवदत्त पंडिताने इतका विचार केला.

"बरं बुवा, राहतो मग मी."

तिची कोमेजलेली चर्या उजळली, हे देवदत्ताला दिसले आणि तिचे मन आपण मोडले नाही हे बरेच झाले, असे त्याला वाटले. आपल्या योग्य निर्णयाची त्याने मनातल्या मनात प्रशंसा केली.

मग फार त्वरेने तिने त्या दालनातल्या मंचकावर शय्या सिद्ध केली. ऊबदार मृदू शय्येवर पांघरण्यासाठी एक मौल्यवान तलम वस्त्र ठेवले. थोडी पुष्पेही त्यावर टाकली. तिचे हे अगत्य पाहून देवदत्ताने तोंडात बोटच घातले.

सगळी व्यवस्था पूर्ण झाल्यावर तिने म्हटले,

"हं, झाली सगळी सिद्धता."

आणि पंडिताकडे तिरप्या दृष्टीने पाहून तिने पुन्हा एकदा हास्य केले. त्या वेळी तिच्या डोळ्यांची जी मजेदार हालचाल आणि भुवयांची जी नागमोडी, वक्र गती दिसली, ती पाहून देवदत्ताला फारच मौज वाटली. अनेक माणसांच्या खोडी, लकबी, स्वभावविशेष त्याने ठिकठिकाणी पाहिले होते; पण या प्रकारचे आविर्भाव त्याला कोठेच आढळले नव्हते.

तिच्याकडे ग्रंथलेखकाच्या कुतूहलाने पाहत तो त्या मृदू शय्येवर बसला आणि मग एकदम त्याच्या ध्यानात आले की, 'अरे, या गृहिणीला आपण तिच्या घरच्या गोष्टीविषयी काहीच विचारले नाही. तिने एवढ्या अगत्याने आपले स्वागत करावे आणि आपण तिची साधी विचारपूसही करू नये, हे बरे नव्हे. झोप येते आहे खरी, पण त्याआधी आपण काहीतरी क्षेमकुशल विचारावे, मगच झोपावे.'

हा विचार त्याच्या मनात आला आणि मग त्याच्या मुखाकडे पाहून तिथेच तिष्ठत असलेल्या त्या कुलवतीला त्याने विचारले,

"आपल्या घरात आणखी कोण कोण आहे?"

"आहेत की. सेवक, दासी; पण ते सगळे आता निद्रावश आहेत."

बोलताना तिरप्या दृष्टीने पाहण्याचा आणि भृकुटिभंग करण्याचा तिचा देहविशेष त्याच्या ध्यानी आला. 'व्यक्ती तितक्या प्रकृती' असा विचार करून त्याने तिकडे दुर्लक्ष केले.

"तसं नव्हे."

"मग?"

"मी घरातल्या माणसांबद्दल विचारीत होतो."

"म्हटलं तर आहेत. म्हटलं तर नाहीत."

"म्हणजे?"

"फक्त आई असते माझी; पण तीही म्हातारी आहे. झोपलीय लांब तिकडे."

"अस्सं, अस्सं." देवदत्ताने मान डोलविली.

"म्हातारी आहे अन् तिला रात्रीचं दिसत पण नाही."

"अरेरे!"

"हो तर काय."

"माझे वडीलही म्हातारेच होते." देवदत्त म्हणाला, "पण अंधारातसुद्धा त्यांना फार उत्कृष्ट दिसायचं. अगदी शेवटपर्यंत."

"अरेरे!"

तिच्या या विनोदी उद्गारामुळे देवदत्ताला फार हसू आलं.

"असो. पण पुरुषमाणूस नाही वाटतं घरात कुणी?"

देवदत्ताच्या शय्येवर बसून तेथील फुलांशी चाळा करीत तिने म्हटले,

"का बरं? तुम्ही आहातच की सध्या पुरुषमाणूस घरात. का नाहीत तुम्ही?"

देवदत्ताला पुन्हा एकदा हसू आले. तिच्या विनोदप्रियतेचे त्याला भारीच कौतुक वाटले. तो हसला तशी तोंडावर आपली सुकुमार बोटे पालथी ठेवून तीही हसली. दोघेही बराच वेळ हसत राहिली.

हसण्याचा भर कमी झाल्यावर तो म्हणाला,

"मी आहेच हो, पण –"

"पण काय?"

"तुमचे पती म्हणतो मी. ते कोठे दिसले नाहीत ते?"

हा प्रश्न ऐकल्यावर तिची हसरी, प्रफुल्लित मुद्रा एकदम खर्रकन उतरली, हे देवदत्ताला दिसले. क्षणभर तिने आपले मुख दोन्ही हातांच्या ओंजळीत झाकले. मग एकाएकी ती हुंदके देऊ लागली. हा प्रकार पाहून देवदत्त एकदम स्तंभितच होऊन गेला. त्याच्या मनाचा गोंधळ उडाला. काय झाले तरी काय? हिला एकाएकी एवढे कशाचे दुःख झाले? आपण काही अनुचित तर विचारले नाही?

विवर्ण मुख करून त्याने विचारले,

"काय हो? काय झाले तरी काय?"

"काही नाही."

असे म्हणून ती परत हुंदके देत राहिली. हुंदके देता देता तिने अधूनमधून जे शब्द उच्चारले, त्यावरून देवदत्ताला बोध झाला की, तिचा पती – या प्रासादतुल्य वाड्याचा स्वामी – काही वर्षांपूर्वीच व्यापारासाठी म्हणून जो देशांतराला गेला, तो अद्यापि परतच आलेला नाही. कुणी म्हणतात, की वाटेत चोरांनी त्याला मारून टाकले असावे. कुणी म्हणतात, की जलप्रवासात वादळ होऊन त्याची नौका बुडाली असावी. खरेखोटे देव जाणे. पण एवढी गोष्ट मात्र खरी की, त्या घटनेला आता कैक वर्षे लोटली असून तेव्हापासून त्याची ही स्त्री त्याची प्रतीक्षा करीत आहे.

पण अजूनही त्याची काहीच वार्ता नाही. आता तिने कुठवर वाट पाहावी?

ही शोककथा सांगत असताना तिला एकसारखा दु:खाचा उमाळा येत होता आणि आपले विशाल डोळे रोखून ती देवदत्ताकडे पाहत होती. वरचेवर सुस्कारे टाकीत म्हणत होती,

"आता ते कसचे परत येतात!... प्रवासाची दगदग आणि त्यातून म्हातारपण. त्यांची वाट आता संपली हो.''

"असे म्हणू नका.''

"नाही हो. मला आता कुणाचा आधार राहिला नाही.''

ही दैवगती पाहून देवदत्तालाही अतीव दु:ख झाले. त्याच्या डोळ्यांतून एकदम घळाघळा पाणीच आले. ते पुसून काढीत तो म्हणाला,

"कर्मणो गहना गति:' हेच खरे.''

"पण आता मी कुणाच्या तोंडाकडे पाहू हो?''

देवदत्ताला पुन्हा गहिवर आला.

"छे, छे! असे म्हणू नका. धीर धरा. माणसं येतात परत. जरा वेळ लागतो; पण येतात.''

तिने डोळ्यांना पदर लावला. पुन्हा हुंदके दिले.

"नाही हो. मला नाही आता आशा.''

"सांगितले ना, धीर धरा. चिंता करून काय होणार? मी त्यांचा शोध लावेन. मग तर झाले?''

देवदत्ताला वाटले की आपल्या या शब्दांनी तिने सुकलेले मुख थोडे तरी पल्लवित होईल; पण तसे काही झाले नाही. उलट त्यावर थोडी रोषाची आणि दु:खाचीच छटा उतरली असा त्याला भास झाला. आपले बोलणे केवळ औपचारिक आहे, असे तिला वाटू नये, म्हणून चुरचुरणारे डोळे आवरून त्याने विचारले,

"खरेच शोध करू. सांगा, कसे होते तुमचे पती दिसायला?''

"कसं सांगू? काय सांगू आणखी? झालं एवढं पुरे नाही का झालं?''

निराशेने काळवंडलेली तिची मुद्रा पाहून पंडित देवदत्ताला आणखीनच वाईट वाटले.

"सांगाल तर खरे.''

त्या रूपगर्वितेने पुन्हा आपली करुण दृष्टी त्याच्याकडे लावली. आर्जवी स्वरात तिने म्हटले,

"अगदी तुमच्यासारखेच दिसत होते. फक्त ते वृद्ध, तुम्ही तरुण इतकेच. बाकी हुबेहूब तुम्हीच.''

"आं?'' देवदत्ताला आश्चर्य वाटले.

"तुम्हाला पाहिले आणि मला माझ्या पतीचीच आठवण झाली. वाटले की तरुण होऊन तेच तर आले नाहीत?... आता आणखी काय सांगू?''

आपल्यात आणि तिच्या पतीत एवढे साधर्म्य असावे या योगायोगाचे देवदत्ताला विलक्षण आश्चर्य वाटले. तिचे म्हणणेही त्याला पटले. इतके साम्य असल्यावर त्या बिचाऱ्या पतिव्रतेने आणखीन ते काय सांगायचे? थोडक्यात सर्व काही आलेच. आता आपण करायचे ते एवढेच की, आपल्यासारखाच दिसणारा पोक्त पुरुष कोठे आढळतो का, याचा सर्व दिशांना शोध घ्यायचा. तिला साहाय्य करून तिचे मंगल करायचे आणि सध्या गोड आणि आशादायक वचनांनी तिचे सांत्वन करायचे. या आपत्काली धैर्य धरण्यास तिला उद्युक्त करायचे. झोप येत आहे, अंग जड झाले आहे ही गोष्ट खरीच; पण तिचे सांत्वन करून तिच्या मनाला समाधान प्राप्त करून देईपर्यंत झोपायचे नाही.

पंडित देवदत्ताने मग नाना युक्तिवादांनी तिचे समाधान केले. ग्रंथांचे गाठोडे भराभर उलगडून त्याने अनेक पोथ्या बाहेर काढल्या आणि त्या पुष्पविभूषित शय्येवर बसून त्यातील अनेक गोष्टी तिला वाचून दाखविल्या. यमुनेच्या डोहात श्रीकृष्ण बुडाला तेव्हा कदंब वृक्षाखाली जमलेल्या गोकुळवासी जनांना असेच वाटले होते की कृष्ण आता कसचा परत येतो? पण अखेरीस तो आलाच ना? दुष्ट कालियाच्या मस्तकावर नाचून, त्याचे मर्दन करून विजयाच्या दुंदुभी वाजवीत श्रीकृष्ण परत आला. भीमाला विष घालून कौरवांनी डोहात बुडविले, त्या वेळी पांडवांनी किती अमर्याद शोक केला! पण विष पचवून आणि नागलोकांतून मोठा मानसन्मान घेऊन पांडववीर भीमसेन परत आलाच की नाही? वनवासात असताना निषधपती नलराजा अर्धवस्त्र दमयंतीला सोडून गेला तेव्हा....

गोष्टीमागून गोष्टी पंडित देवदत्ताने तिला वाचून दाखविल्या आणि मग घटिकांमागून घटिका उलटल्या. देवदत्त वाचीतच राहिला. चांगली मध्यरात्र होऊन गेली. चालण्याच्या श्रमांनी आणि मिष्टान्नांनी त्याचे डोळे चांगलेच चुरचुरू लागले. तोंडातून नकळत जांभया येऊ लागल्या. डोळ्यांवर एकसारखी झापड येऊ लागली. आपण काय बोलतो आहोत हे पुढे पुढे त्याचे त्यालाही कळेनासे झाले; पण तरी तो बोलतच राहिला. अखेर शेवटी त्याला चांगली झोप येऊ लागली. रात्री सूर्यकमळे जशी सहजतेने मिटतात, तसे त्याचे नेत्र सहज मिटले. बोलता बोलताच त्याला अशी डुलकी लागली की, बराच वेळ त्याला काही कळले नाही.

असा किती वेळ गेला कोण जाणे, पण एकाएकी कसला तरी मृदू स्पर्श झाला म्हणून तो जागा झाला. पाहतो तो त्या विरहांगनेने आपला सुकुमार तळहात त्याच्या निकट धरला होता आणि ती रडक्या स्वरात म्हणत होती,

"माझा हात तरी हातात घेऊन पाहता का?''

झोपेतून जागा होण्याचा यशस्वी प्रयत्न करीत देवदत्ताने मस्तक हलविले.

"आं? हात हातात घेऊ?"

"होय हो."

"कशाला?"

"म्हणजे तरी काही समजेल तुम्हाला."

देवदत्ताने डोळे मोठ्या प्रयासाने उघडले. तिची आर्त आणि व्यथित दृष्टी तशाही अवस्थेत त्याच्या मनात ठसली आणि त्याला वाईट वाटले. तिच्याविषयी अनुकंपा वाटली. 'काय माणसाला आशा असते पाहा!... हात पाहून, भविष्याचा प्रत्यय घेऊन का होईना, पण तिला आपल्या पतीचा शोध घ्यायचा होता, त्याच्या सुरक्षिततेची निश्चिती करून घ्यावीशी वाटत होती! 'आशाहि नाम मनुष्यणाम'... हेच खरे.'

तिचा मृदू, मांसल हात हातात घेऊन देवदत्ताने डोळे ताणून पाहिले. हातात घेतलेला तो सुकुमार हात एकसारखा थरथरत होता, कापत होता. देवदत्ताला त्याचे कारण बरोबर कळले. न जाणो, आपल्या अदृष्टांत काही भलतेसलते तर लिहिलेले नाही, आपला पती आपल्याला सुरक्षित भेटेल ना, या शंकेने तिचे चित्त घाबरे झाले असावे, हे त्याच्या अगदी बरोबर लक्षात आले.

झाकू लागलेले डोळे उघडे ठेवण्याचा प्रयत्न करीत तो म्हणाला, "तुमचा हात चांगला – तुमचा पती निश्चित –"

पण पुढचे शब्द त्याच्या तोंडून उमटले नाहीत. पुन्हा त्याचे जड नेत्र मिटले. नकळत उशीवर मस्तक पडले आणि मग पुढे काही कळलेच नाही. सगळा कसा अंधार झाला. ती काहीतरी मोठ्यांदा बोलली असे वाटले. कुणाला तरी रागारागात हाका मारल्या, असाही भास झाला. काही तीक्ष्ण शब्द कानावर पडल्यासारखे वाटले. पण निश्चित काही कळले नाही. काही आठवले नाही. डोळ्यासमोर जड, कधी न मिटणारा अंधार पसरला. तो जास्तीतजास्त गडद होत गेला आणि कुठेतरी खोलखोल बुडाल्यासारखे वाटले. हळूहळू सगळ्याच गोष्टींचे भान नाहीसे झाले आणि आपल्याला निद्रा केव्हा लागली, हे देवदत्ताला कळले नाही.

दुसऱ्या दिवशी तीनप्रहराच्या सुमारास देवदत्त आपल्या घरी बसून सगळ्या प्रवासाचे सिंहावलोकन करीत होता. नाना देशांतले लोक, त्यांच्या वैचित्र्यपूर्ण चालीरीती, आचारविचार यांची बरीच माहिती त्याने गोळा केली होती. भूर्जपत्रांवर टाचून ठेवलेली होती. अनेक ठिकाणचे आचारविचार त्याला फारच गमतीदार वाटले होते. वेगळे वाटले होते. त्यांची काही उपपत्तीही त्याने मनाशी बसविली होती आणि ती सटीप टिपून ठेवली होती. आता कोणत्याच गोष्टीचे कारण कळायचे

राहिले नव्हते. एकूण देवदत्ताच्या प्रचंड ज्ञानात आता कोणतेच न्यून राहिले नव्हते.

फक्त एकाच गोष्टीची देवदत्ताला फार चुटपुट लागून राहिली होती. त्याचे कारण विचार करून करूनसुद्धा सापडत नव्हते.

तैलबुद्धी पंडित देवदत्ताने खूप विचार केला. अखेरीस कंटाळून त्याने त्याचा छंदच सोडला. घडलेली घटना आहे तशीच लिहावी असे ठरवून त्याने भूर्जपत्र पुढे ओढले आणि त्यावर तो विचारमग्न मुद्रेने लिहू लागला –

"...या माझ्या देशातच काही चालीरीती मला फार चमत्कारिक आढळल्या. इथल्या स्त्रिया मोठ्या सुशील, बुद्धिमान आणि पतिपरायण आहेत. त्या कर्तव्यदक्ष आणि अतिथ्यशीलही आहेत; पण त्या थोड्या विचित्र तऱ्हेने वागतात. एखाद्या अतिथीला घरी बोलावून त्या त्याचा चांगला आदरसत्कार करतात. त्यास मिष्टान्ने देतात. चतुरपणे संभाषण करतात. रात्रीच्या वेळी मोठ्या प्रेमाने व अगत्याने राहण्याचा आग्रह करतात; पण नंतर मात्र त्या फार विचित्र रीतीने वागतात...."

कुरुकुरु चालणारा बोरू हातात घेऊन देवदत्त थांबला. आपल्या वळणदार, सुंदर अक्षराकडे तो मोठ्या कौतुकाने पाहत राहिला.

थोडा वेळ थांबून मग त्याने 'अनुभवचंद्रिके'त शेवटी लिहिले,

"...आदरसत्कार, भोजन, निद्रा इथपर्यंत सर्व काही उत्तम रीतीने पार पडते. कोठलेही न्यून आढळत नाही. पण नंतर कोठून तरी कली शिरतो. काय होते कोण जाणे! पण झोपलेल्या अतिथीच्या दोन्ही हातांत या स्त्रिया खुशाल बांगड्या भरतात आणि त्याला बाहेर राजपथावर फेकून देतात. पुन्हा त्याची चौकशीही करीत नाहीत...."

□

# भोग

लहानपणी भिकू सोनाराच्या दुकानी बसून केलेले उद्योग अजून डोळ्यासमोर आहेत. त्याने मुशीत सोने टाकून मूस बागेसरीवर ठेवावी आणि मी घाम येईपर्यंत भात्याचा दांडा हलवावा. त्याने डागकाम चिमणीजवळ आणावे, मी बंकनळीने त्यावर आगीची फुंकर घालावी. सोन्याचांदीची लांब पट्टी केल्यावर सूतपट्टीतून त्याचे सूत ओढावे. अंगठीसाठी समुद्रपेसाचा साचा घासावा, त्यात सोन्याचा रसही ओतावा – असे एक ना दोन हजार प्रकार मी केले आहेत. वेढ्याची अंगठी पण बनविण्याचा खटाटोप करून पाहिला आहे.

पहिल्या पहिल्यांदा तो मला काम करू देत नसे. म्हणे,

"नका मालक, तुम्ही हात लावू. दमचाल. हात दुकून येतील आन् दादा कावतील मला."

तो मला 'मालक' म्हणून का हाक मारी याचे त्या वयातही कोडे वाटे; पण तिकडे फारसे लक्ष न देता मी गाल फुगवून बसे. रुसल्यासारखे करी. तो हलकेच हसे आणि म्हणे,

"बरं बरं! करा काम. धरा भाता."

मी आनंदाने भात्याची कडी इतक्या जोरजोराने हलवी की, बागेसरीवरचे कोळसे भराभरा फुलत जात, जाळ होई, ठिणग्या उडत आणि त्याच्या डोळ्यांत जात; पण मला एका अक्षराने न बोलता तो मुकाट्याने डोळे चोळी. माझा अतिउत्साह ओसरे. थोडेसे शरमून मी भाता बेताबेताने हलवीत राही. ठिणग्या उडत नाहीत ना हे बघे. हे सुख अनुभवीत अनुभवीत मी मोठा झालो आहे.

भिकूचा चेहरा तसा नेटका होता. नाक दरदरीत नि उभट होते. गोरटेल्या रंगाचा आणि स्थूल शरीराचा हा कष्टाळू माणूस जाळासमोर बसला की, त्याचे सगळे अंग लालबुंद होई. कपाळावरची उभी शीर ठळकपणाने दिसू लागे. त्याचा जबडा जास्त मोठा होता. काम करता करता जीभ बाहेर काढून नाकाकडे नेण्याची त्याला सवय

होती. उजव्या हाताचे दुसरे बोट अर्धे तुटले होते. त्यामुळे काम करताना त्याला विलक्षण त्रास होई. पण सवयीने तो ते रेटीत असे. त्याच्या दातांनी काय ती तोंडाची कळा घालविली होती! पुढचे दोन-तीन दात एकदम मुसंडी मारल्यागत पुढे आले होते. त्यामुळे तोंड कधीच बंद व्हायचे नाही. त्याला पाहिले की लहानपणी मला उजळणीच्या पुस्तकातील ऐरावताची आठवण होई. आपल्या या व्यंगाची त्याला जाणीव होती. एकदा स्वत:च चेष्टेचा आवाज काढून तो मला म्हणाला,

"मी फोटो का काढीत नाही माहीत आहे, मालक?"

"नाही बुवा. का?"

"आमचं तोंड हे असं कायम उघडं. देवळाच्या दरवाज्यासारखं. असा फोटो काढावा तर दात दिसतेत. बरं मिटावं तर तोंड मारुतीवानी होतंय. आता तुमीच सांगा, कसा निघंल फोटो?"

भिकूला जसा मी पाहत आलो आहे तसा तो दु:खी आहे. नशीबच त्याचे नतद्रष्ट. पोरवयातच सख्खी आई गेली. सावत्र आईने त्याला फार छळलं, झोडपलं. पुढे केव्हा तरी बाप पटदिशी गचकला. घरात होते नव्हते तेवढे गोळा करून त्याची रंडकी सावत्र आई जी माहेरी गेली ती परत आलीच नाही. आठ-दहा वर्षांचे कोवळे पोर वनवासी करून निघून गेली. भावकीतल्या एका घराने त्याला तुकडा घातला आणि त्याचा उपकार म्हणून मरेमरेतो राबवून घेतले. या सगळ्या हालअपेष्टा पचवून तो वाढला. सोनारकी शिकू लागला. वज्रटीका, मणी असले बारीकसारीक काम येऊ लागल्यावर त्याने भावकीचे घर सोडले आणि स्वतंत्र बिऱ्हाड थाटले. मिळेल ते काम करावे, स्वत:च घरी चार भाकरी बडवाव्यात. कधी कालवण आहे, नाही. ओले-वाळले भाकरीचे तुकडे पाण्याच्या घोटाबरोबर गिळावेत. पुन्हा कामाची चिंता करीत बसावे. असे त्याचे आयुष्य गेले. कामधाम कधी जास्ती मिळालेच तर दोन पैसे गाठीला राहात आणि अवचित काहीतरी खर्च निघून ते संपत. कधी दुकानाची उस्तवानी, तर कधी आजारीपण.

चार पैसे साठवून जमीन घ्यावी, लग्न करावे, असे त्याचे भाबडे बेत चालत. पण दुपार टळण्याची भ्रांत पडे, तिथे जमीन कुठली आणि बायको तरी कुठली? खर्चाच्या वाटा शंभर. हातातोंडाची गाठ पडायची मुश्कील. अशी वर्षेच्या वर्षे गेली. अगदी एकसारखी एक आणि दु:खाच्या असह्य उन्हात तो तळत राहिला. एवढ्याशासुद्धा सावलीला बसण्याचे दैव त्याला लाभले नाही.

ही त्याची हकिकत मला हळूहळू माहीत झाली होती; पण तो ती पुन्हा पुन्हा सांगे आणि केविलवाणे तोंड करून म्हणे,

"...आमचं नशीबच दळभद्र आहे. जाईल तिथं... अपेश, जाईल तिथं नाट. कधी काम मनासारकं झालंय असं न्हायीच. आमी आसेच मरायचे बगा!...."

तो असं बोलला की मी मनात फार कष्टी होई; पण वरवर त्याला धीर देई. त्याचे समाधान करण्याचा प्रयत्न करीत राही. माझ्या बोलण्याने त्याचे समाधान होत नसे. तरी पण तो गप्प बसे. शून्यदृष्टीने इकडेतिकडे बघू लागे. त्याच्या त्या दृष्टीत दृष्टीच नसायची. घटकाघटका तो असा बघत राही आणि मुकाट्यानं केव्हा तरी उठून चालता होई.

एके दिवशी सकाळीच तो माझ्याकडे आला.

मी नुकतीच उठून चूळ भरली होती. पारावर बसून लिंबाच्या काटकीनं दात घासत होतो. तेवढ्यात तो आला. चेहऱ्यावर कधी न आढळणारे हसू होते. काहीतरी चांगली गोष्ट तो मला सांगायला आला आहे हे मी ओळखले. तरी दाटून विचारले,

"काय रे, अगदी सकाळचा आलास?"

"व्हय," तोंडावरची खुशी आवरून धरीत तो म्हणाला.

"व्हय काय? आज खुशीत दिसतंय काम!"

"तेच सांगायला आलोय –"

"काय?"

"धंद्याला बरकत येणार, मालक. काल आदनसोंडला हळीला गेलो होतो. बाजारच होता. तिथल्या मारवाड्यानं वीस तोळ्याची लगड दिली. 'तू काम चांगलं कर, आनकी दीन' म्हणाला."

ते ऐकून दात घासता घासता मी एकदम थांबलो. त्याच्या तोंडावरचा आनंद बघून मला बरे वाटले. फार दिवसांनी तो इतका सुखावलेला दिसला. 'मग, म्हणत नव्हतो तुला?' अशा अर्थाचा चेहरा करून मी त्याच्याकडे बघितले. तसा तो भाबडा हसला.

"बरं झालं चल!" मी म्हणालो, "आता असं झोकात काम कर की मारवाडी नुसता टकाटक बघत राहिला पाहिजे नगाकडं. काय काय काम आहे?"

"हायेत. तोडं, साखळी, कमरपट्टा, डुईतलं फूल, आंगठी अन् बिंदी पण आहे."

"सांगायला आलास ते ठीक झालं. चार-दोन दिवसांत मुक्काम हलणार आमचा. सुट्टी संपली."

"आसं? अ रा रा रा..." तो विनाकारण हळहळला.

"ते जाऊ दे. पण काम करणार ना चांगलं?"

"बघालच तुमी आता."

एवढं बोलून आणि इकडे तिकडे चार गप्पा करून तो गेला.

दोन-तीन दिवस सरले. भिकूच्या दुकानात रात्रभर दिवा दिसू लागला. काम तसं फार मोठं नव्हतं; पण लवकर द्यायची बोली होती. शिवाय त्याच्या तुटलेल्या

बोटामुळे घणकाम फार सावकाशीने, आबदत करावे लागे... सकाळ, दुपार, संध्याकाळ तो ठोकठोक करीत बसलेला असे. तहानभुकेची पर्वा न करता काम करी. हाती घेतलेले काम संपले म्हणजेच जेवणवेळ होई. अंगावरून घामाचे ओघळ वाहत. निखाऱ्याची पांढरी राख तोंडावर, उघड्या अंगावर, डोक्यावर उडालेली दिसे. नळीने फूं-फूं करून जीव घाबरा होई, धाप लागे... शिळे तुकडे तिथेच खाऊन तो ताट बाजूला सारी आणि पुन्हा कामाला सुरुवात होई.

कमरपट्टा बनला. आंगठी बांधली गेली. तोडे झाले. सगळे नग आकारात आले. पट्टीच्या चौकोनात आळसटल्यासारखे दिसणारे सुवर्ण त्याच्या किमयेने झळाळले, टवटवले. त्याला रूप आले आणि त्याचे हसरे प्रतिबिंब त्याच्या तोंडावर पडले. त्या सुवर्णात त्याला स्वत:चे भविष्य जणू सोन्याचे दिसू लागले.

भिकूने मोठ्या हुशारीने पातळ तांबडे कागद मिळवून आणले होते. जायच्या आदल्या दिवशी संध्याकाळी मी भेटायला गेलो तेव्हा सगळे दागिने मला दाखवून त्याने त्या कागदात गुंडाळले. दागिन्याच्या अंगासरशी ते मुडपले आणि जस्ताच्या डब्यात बंद करून ठेवले. शब्द दिला त्याप्रमाणे मुदतीत काम केले याबद्दल त्याची पाठ थोपटून निरोपाचे चार शब्द बोलून मी घरी आलो. केलेल्या कामाने तो आता रांकेला लागला, अशी खात्री पटून घरी आलो.

पण तसे व्हायचे नव्हते!

दैवाने जन्मभर पिच्छा पुरविला होता. तो हा प्रसंगही जणू सुना जाऊ देणार नव्हता. त्याची भरभराट जणू व्हायचीच नव्हती आणि त्याचे डोके वर कधी निघणार नव्हते. दु:खाचे, संकटाचे असह्य चटकेच एकामागून एक बसायचे होते आणि सुखाची, आनंदाची एवढीशी फुंकरसुद्धा बसलेली त्याला भावत नव्हती. अंधाऱ्या वाटेत लहानसानसुद्धा किरण आलेला जणू खपत नव्हता....

त्याच दिवशी रात्री त्याची चोरी झाली आणि त्याचे सर्वस्व गेले.

सकाळी आम्ही जागे झालो ते लोकांच्या आरडाओरडीनेच. भिकूच्या दुकानापाशी सगळा गाव जमा झाला. लगतच्या खोलीत तो झोपला होता आणि इकडे दुकानाची बखडीकडची पाठभिंत कोणीतरी फोडली होती. डेस्काचा कोयंडा वाकडा करून टाकला होता. आणि त्यातला जस्ताचा डबा तेवढा नाहीसा झाला होता. नाही म्हटले तरी दोन हजारांचा माल त्यात होता. भिकूची कित्येक दिवसांची, रात्रीची कमाई नि कष्ट त्यात होते. त्याचे सगळे नशीबच जणू त्यात होते आणि ते सगळे नष्ट झाले होते.

लोकांनी रिकामी चौकशी केली, समाधानाचे चार पोकळ शब्द सांगितले आणि सकाळ टळली तसे ते आपापल्या उद्योगाला लागले... भ्रमलेल्या माणसासारखा भिकू एका जागीच गुंतून बसला. तोंड कसनुसं करून आणि दृष्टी कुठंतरी टाकून

देऊन पडला. पोतेऱ्यासारखा, कुणीतरी चोळामोळा केल्यासारखा.

हे सगळे मी लोकांकडून ऐकले. मी गावाला जाण्याच्या गडबडीत होतो. त्यातूनही त्याच्याकडून जाऊन येण्याइतकी सवड होती; पण मी गेलो नाही. जाण्याची इच्छा होईना. घरी बसून राहिलो आणि वेळ झाली तसा परस्पर मोटारीच्या तळावर गेलो.

पण तळावर मोटारीची वाट पाहताना, प्रवास करताना आणि मग खोलीवर परतताना माझ्या मनात त्याच्याशिवाय दुसरा विचार नव्हता. त्याचा त्या दुःखपूर्ण आयुष्याचा अन्वय लावताना माझ्या मनात सारखे येत होते की, विजांनी कडकडल्यासारखे संकटांनी कोसळावे, त्याला झिंजाडावे आणि रडत ओरडत धडपडत त्याने बाहेर यावे, जरा कोठे निवारा शोधण्याचा प्रयत्न करावा, तोच कसल्या ना कसल्या तरी चटक्यांनी घाबरेघुबरे व्हावे हाच त्याच्या आयुष्याचा खेळ आहे काय?... जगाच्या या अफाट हाटामध्ये अनेक भाग्यवंत माणसे मोठ्या मानाने मिरवीत आहेत. जातील तिथे त्यांची कमान उंचच होत राहते. त्यांची गोष्ट सोडा, पण दैवाने कधीकधी तरी साहाय्याला येण्याचे भाग्य सामान्य माणसालाही लाभलेले असतेच असते. ते तर याच्या वाट्याला येऊ नयेच, उलट दावेदारी असल्यासारखा त्याने दुष्टावा मांडावा, हा केवढा चमत्कार! याला काही अंत नाही? शेवट नाही? का हे असेच चालत राहायचे?... आता तो बिचारा कुठे राहील? काय करील?

असे काहीतरी वाटले की मी अस्वस्थ होई. चिडे. काहीतरी फोडून टाकावे असे वाटे.

सहा महिने असे गेले.

गावाकडचे लोक मधूनमधून भेटत. त्यांच्याकडून भिकूची खबर थोडीफार समजे. रीण डोक्यावर आल्यामुळे तो एकदम वाकला होता. धडपडत धडपडत तो बोजा उतरविण्याचा प्रयत्न करीत होता. यासाठी सगळी शक्ती खर्च करीत होता... त्याचे सगळे तरुणपण नष्ट झाले. म्हाताऱ्यासारखा पोक काढून तो चालू लागला. पिळलेल्या उसागत शुष्क झाला. दुकानभाडे वाचविण्यासाठी त्याने पहिली जागा सोडली. गुरवासारखा एका देवळात तो राहिला. पुन्हा जगण्यासाठी धडपडू लागला.

सहा महिन्यांनी मी परत आलो तेव्हा त्याची अशी दशा दशा झाली होती.

संध्याकाळ टळली. गडद अंधार पडला. गडबड, गोंधळ जरा निवला. सामसूम झाले. जेवणखाण आटोपून मी कंदील घेतला आणि गणपतीच्या देवळाकडे निघालो. दिव्याच्या उजेडात पायाखाली बघत तिथे पोचलो. देवळातल्या ओसरीत तो चार भांडी घेऊन राहिला होता. कपड्याच्या चिंध्या. गाल खोल गेलेले. वाळलेले हातपाय. निव्वळ वाळवण... मला पाहिल्यावर त्याला संकोचल्यासारखे झाले. हाती घेतलेले काम सोडून तो माझ्याकडे बघतच राहिला. काय बोलावे ते मलाही समजेना.

खांबाच्या तळखड्याला टेकून मी कंदील बाजूला ठेवला. म्हणालो, "कसे काय भिकू?"

माझ्या या साध्या प्रश्नानेही त्याला वेदना झाल्या. त्याची उकळी तोंडावर आलेली स्पष्ट दिसली,

"बरंच आहे म्हणायचं. सहा महिन्यांपूर्वी आम्हाला असा दगा घडला. राबतोय, राबतोय आन् त्याचं रीण फेडतोय. अजून निम्मे बी पैसे सुटले नाहीत. ते फेडत फेडत जेवढं मिळेल तेवढं खातो पोटाला!" सुस्कारा टाकून खोल आवाजात तो म्हणाला आणि थांबला. गप्प राहिला.

त्याचे ते दु:ख पाहून माझे मन कळवळले. मायेचा आवाज काढून मी म्हणालो,

"खरंच, फार सोसलंस भिकू तू. चिवट आहेस. आमच्यासारखा असता, तर सहन नसतं केलं इतकं. जीवच दिला असता. तू म्हणून राहिलास."

माझ्या त्या बोलण्यात स्वत:ची निंदा होती आणि त्याची किंचित स्तुतीही होती. त्याने वठू नये म्हणून मी ते पाणी घातले होते; पण या उत्तेजनाने तो फुलला नाही. जास्त कसनुसा झाला.

"काय करायचंय मालक असल्या आयुष्याला! देवानं नशीब वाटलं तेव्हा आम्ही कुठं गेलो होतो कुणाला माहीत! हे असलेच भोग असतील तर कशासाठी जगायचं?"

"अरे, हे सहा महिने कसे काढलेस?"

"काढले तुमच्या जिवावर. हायेत तुमच्यासारखी चार घरं गावात, म्हणून माझी येळनड तरी भागली. नाहीतर आज कुठे असतो मी –"

"होय ना? मग असंच पुढं रेट. अजूनही रांकेला लागेल. भरभराट होईल. दुकान घे पुन्हा सालानं. पैशाबिशाचं बघू आपण काहीतरी. पुन्हा कामाला लाग. असं वनवाशासारखं राहू नकोस. काय?" उठत उठत मी म्हणालो.

आठ दिवसांच्या आत भिकोबा सोनाराने पुन्हा पहिली जागा घेतली. शेणाने सारवली. भोकसे, उकिरडे लिंपले, जळमटे काढून टाकली. पुन्हा त्याच्या बागेसरीवर विस्तू फुलला. भात्याची दांडी रुकूरुकू हलू लागली. हत्यारांवरची धूळ निघाली. फुंकणीतून वारा जाऊ लागला. दुकान पहिल्यासारखे सजले. दिवस जात राहिले तसा तो सुधारला. कामधंदा बरा होऊ लागला. चार पैसे पुन्हा मिळू लागले तशी त्याची कळी खुलली. कपाळाला हात लावणे कमी झाले. रीण लवकर फेडण्याच्या गोष्टी तो उत्साहाने बोलू लागला... एक-दोन दिवसांआड माझा त्याच्याकडे हेलपाटा असेच. संध्याकाळ झाली, अंधार चाहूल घेऊ लागला, की मी त्याच्याकडे जाऊन बसे. दिवसभराच्या कामानं तो थकून गेल्यासारखा दिसे. काम तसे फार असायचे नाही; पण आयुष्यभर सोसत आलेल्या दु:खाने त्याचा दम उखडून टाकला होता.

त्यामुळे घटका, दोन घटका काम पडले तरी तो धापा टाकी, दमे. सुखदुःखाच्या त्याच त्या गोष्टी पुन्हा माझ्याशी बोलत राही... मला सगळे कळत होते. पण नव्या नवलाईने मी त्या ऐकून घेई आणि धीराचे चार शब्द सांगत बसे. त्याच्या दुखऱ्या भागाला सहानुभूतीचा लेप लावी.

आमच्या गावाकडे सुगी येते ती रोगराईंना घेऊनच येते. सुगीच्या दिवसात प्लेगचा मुक्काम तर हमखास. आणि एकदा त्याने हातपाय पसरले की थंडी संपेपर्यंत मिट्टा हलायचा नाही. पण नेहमीच्या सहवासाने त्याची भीती कोणाला वाटत नाही. गावात उंदीर पडू लागला, दहा-पाच माणसांना गोळे आले, त्यातले एक-दोन खचले, तरी फारसे कोणी मनावर घेत नाही. गाव सोडत नाही. पण यंदाचा प्लेग आला तो जबरदस्त आला. घराघरातून उंदीर पडले. जुडग्यांनी माणसे लागू लागली. मसणवाटेकडचा रस्ता लहानथोरांच्या ओळखीचा झाला. अंगवळणी पडला. दिवसातून सतरा-पंधरा तास तिथं कायम 'विस्तू पिटलेला' दिसू लागला. लोक एवढ्याने वंगले नसते. पण एक-दोन दिवशी माणसे दसकड्यांनी गेली तसा गावात एकच कालवा झाला. संध्याकाळनंतर घराबाहेर कोणी पडेना. गावठाण सोडून जाण्याची रिघाटी लागली. रानातल्या वस्त्या वाढल्या. जो तो सकाळचे गावात येई, दिवसभर कामधंदा पाही आणि कडुसे पडायच्या आत वस्तीवर परतू लागे. अंधार पडतो न पडतो तोच गाव उजाड उजाड होई. जिकडे-तिकडे बंद कुलपांची घरे दिसत. कुत्र्याच्या भुकभुकीविना रात्री दुसरा शब्द ऐकू येत नसे. चोराचिलटांचा उपद्रव होई. गावातच राहिलेले लोक रातसार जागत. आवशीआवशीच त्यांना झोप घेता येई.

बामणआळीतली आमची घरे तर केव्हाच आपापल्या मळ्यात गेली होती. मी मधूनमधून गावात येई आणि संध्याकाळचा परत फिरे. या सगळ्या भानगडीत भिकूची माझी गाठच पडली नाही.

त्या दिवशी मी तसाच गावात गेलो होतो.

दिवस कलला. गावात आलेली माणसे घरट्याकडे पाय उचलू लागली तसा मीही जेवणाचा रिकामा डबा घेऊन मळ्याकडे निघालो. गावठाण संपल्यावर मोठी वरंगळ लागते. ती उतरून वर गेले की चार हात टाकून मलप्याचा ओढा लागतो. तिथून शेते सुरूच होतात... मी वरंगळ उतरत होतो. तेवढ्यात भिकू पाठीमागून आला. पळत पळत आल्यामुळे त्याला दम लागला होता. जवळ आल्यावर त्याने मला हाक मारली तसा मी थांबलो. प्रश्नार्थक चेहरा करून त्याच्याकडे पाहू लागलो.

"इकडं कुणीकडं रे?"

"सांगायला आलो होतो एक." गुडघ्याजवळच्या धोतराच्या भागाने कपाळ सारवीत तो म्हणाला. मग दमाला वाट करून देण्यासाठी घटकाभर थांबला.

"काय?"

"चला, वढ्यापर्यंत पोचवायला येतो. जाता जाता सांगतो." असे म्हणून त्याने माझ्या हातातला डबा घेतला. मग आम्ही सावकाश पुढे चाललो. वरंगळीची चढण ओलांडली. रस्त्यावर आलो. भोवताली अंधाराची पुटे चढत होती. रस्ता अधिक अधिक अस्पष्ट होत चालला होता. ओढ्यापलीकडच्या वडपिंपळांच्या गच्च फांद्या वाऱ्याने सळसळत होत्या. त्यांच्या दाट सावल्या अंधारात बुडून गेल्या होत्या. लांबून कुठल्या तरी वस्तीचे दिवे दिसत होते. रात्रीची किरकिर नुकतीच सुरू झाली होती.

असल्या वाटचालीला भिकू सोबतीला आला म्हणून बरे वाटले.

"हं, काय काढलंस बाबा?"

"काही नाही. सोलापूरला गेलो होतो दोन दिवस. पोलिसांचं बोलावणं आलं होतं."

"ते कशाला?" मी आश्चर्याने म्हणालो. ही आणखी काय विलामत याने आणली ते समजेना.

"भानगड काय नव्हती. परवा चोरी झाली माझी, त्याचा माल धरला होता त्यांनी. दागिने वळखायला बोलिवलं होतं."

"म्हणजे? दागिने सापडले तुझे?"

"मग सांगतोय काय? एकूण एक नग वळखला. पोलिसांना बी ते पटलं. दोन चोर धरलेत. खटला संपू दे. लगेच माल सरकारातून घेऊन जा, म्हणाले."

"काय बोलतोस काय तू?"

मी थक्क होऊन त्याच्याकडे बघत राहिलो. त्या बोलण्यावर माझा विश्वास बसेना. नाही म्हटलं तरी दोन हजारांचा माल होता. चोरी झाली तसे ते पैसे बिचारा पै-पैने फेडीत होता. निम्मेशिम्मे देणे नुकतेच कुठे चुकते करीत आणले होते. त्यासाठी तो झिजला होता, श्रमला होता. वय वाढवून घेतले होते. त्याच्या दळभद्र्या आयुष्यात याच गोष्टी आता व्हायच्या असा ठराव होता. मग इतकी चांगल्या नशिबाची गोष्ट घडली कशी? का त्यालाही अखेर त्याच्या दु:खाची कणव आली होती?

काही समजेना. बधिरपणाने त्याच्याकडे पाहत राहिलो.

"बरं झालं." काहीतरी आनंदाचे चार शब्द तोंडावाटे काढले पाहिजेत म्हणून मी म्हणालो, "म्हटलं होतं तुला, हे दिवस केव्हा तरी संपतील म्हणून! आता तुझा भोग सरला रे. सुखाचे दिवस आले... या चोरीपायी तू खूप भोगलंस. फार त्रास सोसलास; पण रीण फेडून आता हजाराची रक्कम तरी गाठीला राहील. आता काय करणार या पैशांचं?"

तो थोडासा घुटमळला. मग म्हणाला,

"लगीन करावं म्हणतो, मालक."

"ठीक बोललास."

एवढे म्हणून मी थांबलो. त्याच्या चेहऱ्याकडे बघू लागलो. लाजल्यासारखा त्याचा आवाज हलका आला होता. तसल्या अंधारातही त्याच्या तोंडावर आलेला आनंद स्पष्ट दिसला, जाणवला. कात टाकून द्यावी तसा त्याचा चेहरा नवा दिसत होता, झळाळत होता. पिकलेल्या लिंबागत तिथे रसरशीतपणा आला होता. डोळे लकाकीने भरले होते. त्यात भोगलेल्या, अनुभवलेल्या जुन्या दुःखांच्या वेदना होत्या. पुढच्या सुखाची हुरहुर होती....

बोलत बोलत आम्ही फार लांब आलो होतो. मलप्याचा ओढा पार मागे पडला. मधले दाट झाडांचे गचपान संपले. बोडका रस्ता लागला. दोन्ही अंगांना गच्च कणसांनी भारावलेली ताटे डुलत होती. गार वारे अंगावर आदळत होते. मग विसाव्याचे देऊळ आले तसे आम्ही दोघेही टेकलो. जवळच्या विहिरीत हातपाय धुतले. चूळ भरली. आता इथून गाडीवाटेला लागायचे. तिथून कोसभर खळखळीचा ओढा आणि मग नीट मळाच.

थोडा विसावा घेतल्यावर मी उठलो.

"बराय भिकू, जाऊ का आता?"

"जावा की. लई येळ झाला. आता परत गावात कवा येणार?"

"सकाळीच थोडं काम आहे."

"बरं मग –"

असे म्हणत तोही उठला. त्याने डबा माझ्या हातात दिला.

"का येऊ मळ्यापातुर पोचवायला?"

"नको रे. तुला कशाला उगीच तकाटा. जाईन रमतगमत, पायाखालची तर वाट आहे."

पांढऱ्या रंगासारखी वाटणारी टोपी नीट घालीत भिकू चालू लागला. मध्येच मागे वळून 'उद्या दुकानाकडे या परत जाण्याअगुदर आठवणीने' असे ओरडला. मग पुन्हा माघारी फिरला. हळूहळू अंधारात दिसेनासा झाला. भिकू गेला. त्याचा मघाचा आनंद तेवढा माझ्यापाशी राहिला.

तो जाईपर्यंत मी तिथेच थांबलो. अस्पष्ट होत जाणाऱ्या त्याच्या आकृतीकडे बघत राहिलो. काहीतरी चुकचुकल्यासारखे वाटले. पाय उगीचच जड झाले. काही झाले तरी ते उचलेनात.

हळूहळू मी गाडीवाटेला लागलो.

पहाटे परत फिरलो तेव्हा अंग कचकचत होते. मळ्यात वाऱ्यावर नीट झोपच

येत नाही. त्यातून चाबरी थंडी. पहाटे पहाटे कुठे डोळा लागला तेवढ्यात कोंबडे ओरडले. कावळ्यांची कावकाव सुरू झाली. चूळ भरली आणि गावाकडे निघालो. जेवणवेळेला परत यायचे होते, म्हणून ओढीने निघालो.

गाडीवाट संपून सडक लागली. विसावा मागे गेला. झाडी संपली. मलप्याचा ओढा पार केला आणि थोडे चालून वरंगळ उतरलो आणि एव्हापर्यंत तोंडास तोंड दिसू लागले. उगवतीच्या बाजूची तांबडी किनार स्पष्ट होऊ लागली... हलक्या पावलांनी मी चालत होतो. वरंगळ चढून वर आलो तसे गाव एकदम टप्प्यात आले. माणसांची रवरव हळूहळू सुरू झाली होती. कोंबडी आरवत होती. रात्रभर जागून, आता अंगाचा मुरगळा करून कुत्री पडली होती. शिल्लक राहिलेल्या घरातल्या बायका सडा घालत होत्या. पाण्याला निघाल्या होत्या.

मसणवाटेत एक चिता नुकतीच जोराने भडकली होती आणि ओल्या धोतराने मंडळी गावात परत येत होती. हे दृश्य नेहमीचेच झाले होते.

झपाझप पावले टाकून मी गावची शीव गाठली. पिंपळाच्या पाराला टेकून येसकर बिडी ओढत होता, पाय पसरून आरामात बसला होता. मला पाहिल्यावर खाकरल्यासारखे करून त्याने रामराम घातला, "रामराम, मालक."

"रामराम." मी मान हलवून म्हणालो, "कसं काय? ठीक आहे ना?"

"हां."

"निवांत बसलास?"

"उगी आपलं. हा निगालु नव्हं का घराकडं."

त्याने अपराधी चेहरा केला हे बघून मला हसू आले. धडधडणारी चिता लांबूनही नीट दिसत होती. तिकडे बघत मी विचारले,

"हऱ्या –"

"जी."

"आज सकाळचं कोण गेलं रे एवढं?"

"म्हंजे? तुमाला ठावंच न्हायी?"

मी मान हलवली.

"आपला सोनाराचा भिकोबा गेला न्हवं का –"

"काय?"

मी दचकून एकदम ओरडलो. लख्खकन डोळ्यांसमोर काहीतरी विजेसारखे चमकले. आणि मग एकदम अंधार पसरला. मनावरून वारे गेल्यासारखे वाटले. सगळे मस्तक बधिर झाले. काही उमजेना. असहायतेने हात लोंबत राहिले. पाय लटपटले.

कसाबसा सावरलो. कट्ट्याचा आधार घेतला. रडक्या आवाजात म्हणालो,

"अरे, काल संध्याकाळी चांगला पोचवायला आला होता मला. अगदी संध्याकाळची गोष्ट. विसाव्यापर्यंत आला होता. चांगला बसला, बोलला... अन् तू हे मला काय सांगतोस?"

"ते आक्रितच झालं एक." हऱ्या येसकर उसासा टाकून म्हणाला, "रात्री जेवला-खाल्ला चांगला. मग वरडाय लागला दुकतंय, दुकतंय म्हून. बघितलं तर ह्यो गोळा काकंत. समदे सुमाट पळाले भिऊन. तरमाळला, तरमाळला अन् फाटंचा गेला बी... लई गरीब होता बिचारा! आता आता कुठं कामधंदा चालत व्हता. तेवढ्यात फुकट दानाला गेला!"

□

# मोकळीक

म्हाताऱ्या धुरपदाची गाडी आता थकली होती. तिच्याने काही होत नव्हते. चालताना तिचे हातपाय थरथरत होते. तोंडातले दात हळूहळू नाहीसे झाले होते. अंगावरची कातडी निर्जीव होऊन लोंबत होती. गालांची हाडे वर निघाली होती आणि डोळे निस्तेज झाले होते. एकेकाळी शंभर जणींत उठून दिसणारी थोराड अंगाची ही गोरीपान म्हातारी आता अखेर थकली होती. त्यातून दम्याने तिला फार बेजार केले होते. दमा फारच वाढला म्हणजे तिला रात्ररात्र खोकत बसावे लागे. खोकून खोकून तिचा चेहरा लालबुंद होऊन जाई. छाती भयंकर दुखू लागे आणि जीव घाबरा होई. आता आपण जगतो की मरतो असे तिला होऊन जाई. शरीराचा हा भोग कधीकधी सहन होईनासा झाला की ती कळवळून म्हणे,

“देवा नारायणा, सोडीव रं बाबा या कटकटीतनं. आता लई झालं! माजी काय आशा ऱ्हायली न्हाई.”

धुरपदाचे हे म्हणणे काही खोटे नव्हते. तिची आशा राहावी असे खरोखरीच काही राहिले नव्हते. एकंदरीत तिचे आयुष्य सुखासमाधानात गेले होते. जातीतल्या चांगल्या माणसाशी तिचे लग्न योग्य वेळी झाले होते. तिचा नवरा थोडासा व्यसनी होता; पण स्वभावाने पुष्कळसा चांगला होता. त्यामुळे या दोघांचा संसार मोठ्या सुखाचा झाला. त्यांना दोन मुलगे झाले, एक मुलगी झाली. मुले चांगली हुशार निघाली. ती मोठी झाली, कर्तुकीला आली आणि मग धुरपदाचा नवरा मरून गेला. पण पोरांनी कुठे उणे पडू दिले नाही. दोघाही भावांनी खांद्याला खांदा लावून जीव ओतला आणि बापाची उणीव भरून काढली. नवऱ्याच्या वेळी धान्याच्या पोत्यांची घरी लागणारी शीग त्यांनी वाढवली. खाली येऊ दिली नाही. योग्य वेळी त्यांनी बहिणीचे लग्न केले. धुरपदाला जावईही चांगला भेटला. पुढे या दोघाही पोरांची लग्ने झाली. घरात दोन तरण्याताठ्या सुना आल्या. घरप्रपंचाचा गाडा त्यांनी आपल्या शिरावर घेतला. दोघीही स्वभावाने बऱ्या भेटल्या. सासूबाईंच्या मनाला न

लागू देता त्या कारभार करू लागल्या. त्यांनाही पोरेबाळे झाली. घरातून नातवंडे रडू लागली. हिंडूफिरू लागली. वाढू लागली. थोरल्या लेकाची पोरगी तर चांगली चौदा-पंधरा वर्षांची झाली. इतके सगळे हळूहळू घडत गेले. मग धुरपदाची आशा कशात राहावी? तिचा जीव कुठे गुंतून पडावा? माणसाने मिळवावे असे तिच्या आयुष्यात काय राहिले?

धुरपदाच्या बरोबरीच्या म्हाताऱ्या बायका आता गावात फार थोड्या राहिल्या होत्या. त्या सगळ्या रोज कुठे कुठे भेटत. एकमेकीच्या डबीतील तपकिरीची चिमूट घेऊन ओढत स्वस्थ बसून राहत. कधीकधी एकमेकींशी सुखदु:खाच्या गोष्टी बोलत. अशा वेळी धुरपदाचे मन भरून येई. मान हलवून ती म्हणे,

"माजं देवानं लई चांगलं केलं. आता कशात विच्छा ऱ्हायची नाही माजी."

एखादी थट्टेखोर म्हातारी म्हणे,

"खरंच धुरपदे, तुजी काय आशा ऱ्हायली न्हाई का गं?"

"काय बी न्हाई! तूच सांग. कशात ऱ्हावी?"

"मग आता तू कशाला गं जगलीस?"

"देवाची मर्जी. अजून त्यानं बोलावणं धाडलं न्हाई. त्येला काय करू? मी मातुर आता कवा बी जायला मोकळी, बायांनो."

"खरं म्हणतीस?"

"आगं, आगदी खरं."

मग धुरपदा सगळ्या आयुष्याची कथा सांगे. नवरा, मुले, सुना, नातवंडे... सगळे कसे वेळच्या वेळी चांगले. कुठेही फारसे दु:ख नाही. कसलाही चटका नाही. देवाला बोल लावावा असे काहीही नाही.

सांगता सांगता तिला सगळ्या जुन्या गोष्टी आठवत आणि तिचे डोळे पाण्याने भरून येत. आपले निस्तेज डोळे पुसता पुसता ती शेवटी म्हणे,

"आणखी गं काय मिळवावं? येऊनजाऊन रंडकी झाली म्हणशील. झाली तर झाली. आता कसं करता? माणसानं थोडक्यावर गोडी मानावी. जास्ती गुंतू ने."

धुरपदाभोवती जमलेल्या सगळ्या म्हाताऱ्या बायांना हे तिचे म्हणणे मनोमन पटत असे. त्या स्वस्थ बसून राहत. त्यांना मनातून वाटे, की ही आपल्या बरोबरीची म्हातारी मोठ्या भाग्याची; देवाने हिचे सगळे कोड पुरविले. आता तिला कशाचा मोह पडावा? जेव्हा केव्हा वरून बोलविणे येईल तेव्हा ही बाई मोठ्या समाधानाने ते बोलावणे पत्करील. एखाद्या ओळखीच्या घरी जावे तशी ही मरणाच्या घरी जाईल. नेहमी नेहमी गावाला जाणारे माणूस जसे चटकन गाठोडे-वळकटी बांधून वेळेवर घराबाहेर पडते, तसे हिचे होईल. मोठ्या आनंदाने, मोठ्या संतोषाने ही म्हातारी सगळ्यांचा निरोप घेईल आणि कधी परत न यायच्या वाटेने हळूहळू चालू लागेल.

मग सगळ्याजणी स्वस्थ बसून राहत. न बोलता उगीच बसून राहत. घटकाभराने मात्र कुणाला तरी आठवण येई. ती धुरपदाला म्हणे,

"अगं पण धुरपदे, एक गोष्ट इसरलीस. तेवढं ऱ्हायलं बग तुजं."

तपकिरीचा झटका घेत, मान हलवीत धुरपदा विचारी,

"कंची गं?"

"वळख की."

धुरपदा आठवून आठवून पाही; पण तिच्या काही लक्षात येत नसे.

"पंढरपूरची वारी व्हय? आगं, मागंच झाली माजी. आमच्या मानसानी मला नेलतं की एकदा. व्हय."

"तसं न्हवं."

"मग?"

"आगं, सखुबाईचं लगीन करतीस न्हवं? का तशीच मरतीस?"

थोरल्या लेकाची ही मुलगी चौदा-पंधरा वर्षांची झाली होती. अजून ती न्हातीधुती झाली नव्हती ही गोष्ट खरी; पण जनरीतीप्रमाणे तिचे वय झाले होते. ती आता लग्नाला आलीच होती. जुना काळ असता तर एव्हाना तिचे लग्न होऊनही गेले असते. पण तिचा बाप चार बुके शिकला होता. पोरीचे इतक्यात लग्न करावे असे त्याच्या मनात नव्हते. म्हणूनच पोरगी इतके दिवस उजवायची राहिली होती.

म्हाताऱ्या धुरपदाला हे सगळे माहीत होते. तिने घरात त्याबद्दल आत्तापर्यंत कधी एक अक्षरही काढले नव्हते. त्यामुळे कुणी हा प्रश्न काढला की, ती थरथरा कापणारा आपला हात हवेत झाडीत म्हणे,

"आता काय करायचं आपल्याला? ती जाणं आन् तिचं आईबाप जाणं. काय का करंनात?"

"तसं कसं? पोरगी लहान आसती तर गोष्ट येगळी; पण आता मोठी झाली. तुझ्या डोळ्यादेखत तांदूळ पडायला नगंत व्हय तिच्यावर?"

"कशाला आशा पन?"

"का? झालं तर नगं वाटतंय व्हय तुला?"

"नगं का म्हणून वाटंल गं बाई? पर आपला तरी एवढा आग्रह का असावा, म्हनते मी."

"ते खरं. पन झालं तर चांगलंच की."

एवढे बोलणे झाल्यावर म्हातारी गप्प बसे. काही उत्तर देत नसे; पण मनातून मात्र तिला वाटे की, या बायांच्या म्हणण्यात काहीच चूक नाही. अजून आपण थोडेसे हिंडतो-फिरतो आहोत, अजून आपल्याला दिसते आहे, ऐकू येते आहे; तोवर जर सखूचे लग्न जुळले तर सोन्याहून पिवळे होईल. या म्हाताऱ्या डोळ्यांनी मी

नातजावई बघेन. दोघांना मांडीवर घेऊन त्यांच्या तोंडात साखर घालेन. कितीतरी वर्षांनी घरासमोर ताशा-वाजंत्र्यांचा धडाका उडेल आणि मग मात्र जीव घोटाळावा असे काहीही राहणार नाही.

बरेच दिवस म्हातारी मनाशी असा विचार करीत राहिली. शेवटी तिने मनाचा निश्चय केला. मोहाच्या या जंजाळातून बाहेर पडायचे, त्याचे कारणच नाहीसे करायचे, असे तिने ठरविले. जिवाचा धडा करून ती आपल्या थोरल्या पोराला कापऱ्या आवाजात म्हणाली,

"लेकरा, माजी एवडी हौस पुरव बाबा. म्हणजे मी मोकळी झाले."

थोरला लेक दमूनभागून नुकताच रानातून आला होता. अंगातले काढून हुश् करून खांबाला टेकला होता. आईचा कापरा आवाज ऐकून त्याला जरा अवघड वाटले. तिच्याकडे तोंड करून त्याने आश्चर्याने विचारले,

"आं? काय म्हणतीस गं? काय झालं?"

"काय न्हाई बाबा. एवडं एक माजं मागणं –" आणि बोलता बोलता म्हातारीला रडूच आलं.

"आगं, पण काय? बोलशील तर खरं."

"व्हय म्हणशील?"

लेकाने मान हलविल्यावर म्हातारीला धीर आला. आपली इच्छा तिने हळूहळू अडखळत सांगितली. एकदा नातीचे लग्न झालेले डोळ्यांनी पाहावे आणि मगच हे डोळे मिटावेत. आता एवढीच काय ती गोष्ट राहिली आहे.

आपल्या मनातील ही गोष्ट धुरपदाने लेकाला सांगितली, तसा तो विचारात पडला.

"सोयरीक जुळवायला हरकत न्हाई गं, पन –'''

"आता पन काय?"

"पन मी म्हनतो इक्ती गरबड का! अजून एक-दोन साल जाऊ दे. मग करू की. झोकात करू."

"तंवर मी जाते मसनवाटंला."

धुरपदाचे हे बोलणे थोडेसे त्राग्याचे होते. पण खरेही होते. तसे बघितले तर म्हातारी अगदी पिकले पान झाली होती. देठापासून हे पान केव्हा गळून पडेल याचा काही नेम राहिला नव्हता. त्यापूर्वी तिची इच्छा पुरी केली तर चांगलेच होते; पण पोरगी तशी अजून लहान होती. शाळेला जात होती. तिला इतक्यात घराबाहेर लोटावी कशी?

"बरं, बगतो मी काय तरी."

असे म्हणून थोरल्याने तो विषय तिथेच सोडला. तो गप्प राहिला. मनातल्या

मनात हा विषय घोळवू लागला. चार-दोन दिवसांनी त्याने धाकट्या भावाचा सल्ला घेतला. तेव्हा धाकटा भाऊ म्हणाला,

"म्हनतीय तर म्हातारी तसं का हुईना शेवट? तिची एवढीच आशा कशापायी ठिवायची? न्हाई तरी पोरगी आता आलीच की लग्नाला. सोयरीक बगायची म्हनलं तर वर्ष-सा महिनं जात्याल. मग उगी तिला नाराज का करा? हून जाऊ दे एकदा तिच्या मनासारखं."

धाकट्या भावाने हा सल्ला दिला. बायकोने विरोध केला नाही. तेव्हा थोरल्या भावाने विचार पक्का केला. पोरीसाठी चांगला नवरा बघायचा, मिळाला तर तिचे उरकून घ्यायचे, हे त्याने ठरविले.

"बरं, जसं तू म्हणशील तसं. सोयरीक बगायच्या नादात ऱ्हातोच मी आता. मग झालं?"

असे म्हातारीला म्हणून तो खरोखरच त्या कामास लागला. या घरातला पोरगा बघ, त्या घरातला बघ, असे करता करता वर्ष-सहा महिने भराभरा गेले आणि मग एके दिवशी खरोखरच सोयरीक जुळली. देण्याघेण्याच्या गोष्टी पक्क्या झाल्या आणि मुहूर्तही ठरला.

धुरपदाच्या नातीचे लग्न मोठ्या धडाक्याने झाले. गावात गाजले. आपल्या घरचे पहिले कार्य आणि म्हातारीच्या डोळ्यादेखतचे शेवटचे कार्य म्हणून थोरल्या पोराने मोठा थाट उडविला. हात सैल सोडून खर्च केला. धुरपदाच्या घराला चुना आणि काव यांच्या पट्ट्यांनी मोठी शोभा आली. दारावर गणपतीचे चित्र लागले. तोरण झुलले. ताशावाजंत्र्यांचा धुमधडाका उडाला. गावोगावचे पाहुणे आले. चार दिवस जिकडेतिकडे गजबजच गजबज झाली आणि नव्याने जोडलेल्या पाहुणेमंडळींना चांगला हुंडा देऊन थोरल्याने आपली लेक त्यांच्या पदरात टाकली. धुरपदाच्या मनासारखे झाले. तिने नवरा-नवरीला मांडीवर घेऊन थरथरणाऱ्या हातांनी त्यांच्या तोंडात साखर घातली. खरोखर धुरपदाची आता कशात इच्छा उरली नाही. जे आयुष्यात घडावे ते सगळे घडले. आता काही राहिले नाही. म्हातारीचे डोळे निवले.

लग्नाची गजबज हळूहळू संपली. हिरवे चुडे घालून धुरपदाची लाडकी नात नांदायला सासरी गेली. पाहुणेमंडळीही हलली. बऱ्याच दिवसांनी धुरपदाला आपल्या बरोबरीच्या म्हाताऱ्या बायकांशी स्वस्थपणे बोलत बसण्याइतकी उसंत मिळाली. समाधानाने काठोकाठ भरलेली ही म्हातारी इतर बायांना म्हणाली,

"आता संपलं गं बायांनो. नातीचं लगीन झालं. नातजावई बघितला. आता काय ऱ्हायलं न्हाई."

बरोबरीच्या बायकांनीही मान डोलावली.

"धुरपदे, आता मातुर तुजं काय सुदिक न्हायलं न्हाई बरं का."

"मोठी भाग्याची बाई तू!"

"आसं नशीब कुटं भेटायचं न्हाई."

बायकांचे हे बोलणे ऐकून धुरपदाला अगदी आनंद झाला. तिचा चेहरा फुलला. डोळ्यातून टिपे काढीत ती म्हणाली,

"थोडक्यात गोडी असावी. आता कवा बी बोलावणं येऊ दे. मी तयार हाये. माजी सगळी हौस फिटली."

म्हातारीने असे म्हटले खरे; पण तिला लवकर बोलावणे आलेच नाही. ती आहे तशीच राहिली. रात्र रात्र दम्याने खोकून बेजार होऊ लागली. छाती दुखून तिचा जीव घाबरा होऊ लागला. अंथरुणावर पडल्या पडल्या आपले कापणारे हात जुळवून ती म्हणू लागली,

"देवा नारायणा, आता सोडीव मला. माझं आता काय म्हणणं न्हाई."

पण देवाने तिचे म्हणणे मनावर घेतले नाही. तिला मुळीच बोलावणे पाठविले नाही. म्हातारी अंथरुणावर पडून जगतच राहिली. असे दिवस गेले, महिने गेले, नातीचे लग्न होऊन वर्ष लोटत आले, पण तरीही म्हातारी धुरपदा अंथरुणावर पडून खोकतच राहिली. तिची दृष्टी थोडीशी कमी झाली. कानाला कमी ऐकू येऊ लागले. हातापायांचा कापरेपणा वाढला. अंगातले त्राण हळूहळू नाहीसे होत चालले; पण तरीही ही समाधानी म्हातारी मेली मात्र नाही. ती आपली जगतच राहिली.

– मग एके दिवशी एकाएकी सकाळी थोरल्या पोराने परगावी जायची तयारी केली. म्हातारीच्या पाया पडून तो म्हणाला,

"आई, मी जरा सखूच्या सासरी जाऊन येतो. पाव्हण्यांचं टपाल आलंय."

म्हातारीला पहिल्यांदा नीटसे ऐकू आले नाही. कानाला हात लावून ती म्हणाली,

"काय म्हणतोस?"

लेकाने मोठ्यांदा आवाज काढून सांगितले तेव्हा तिला ते ऐकू आले, समजले.

"कशाला रं बोलावलंय?"

"काय की. सखूला बरं न्हाई. चार दिवस येऊन आढळून जावा एवढंच टपाल आलंय. आल्यावर सांगेन."

"बरं."

आईच्या पाया पडून पोरगा निघून गेला आणि म्हातारी सारखी प्राण डोळ्यात आणून त्याची वाट पाहत राहिली. आपल्या नातीला एकाएकी काय झाले? ती कशाने आजारी पडली? आता तिला गोड वाटत असेल की नाही?

चार दिवसांनी तिचा हा कर्तासवरता मुलगा परत आला. मग म्हातारीला हसत हसत म्हणाला,

“अगं काय न्हाई. आजारी न्हाई न् फिजारी न्हाई.”

म्हातारी आश्चर्याने बोलली, “मग?”

“आगं, लग्नानंतरचं आजारीपण ह्ये. दुसरं काय आसणार?”

पोरगा एवढेच बोलला. पण त्या शहाण्या म्हातारीला सगळे कळले. लग्न होऊन सासरी गेलेल्या आपल्या नातीला दिवस गेले आहेत, ती गरोदर आहे ही गोष्ट तिच्या ध्यानात आली आणि तिचा जीव आनंदाने उडून जायची वेळ आली. पोरीचे लग्न होऊन परवाच तर वर्ष झालं. एवढ्यातच असे काही घडेल याचे कुणाला स्वप्नही नाही. आणि एकदम आज हे काय कळते? ही लवकर न घडणारी गोष्ट का घडून आली म्हणावे? ही माझी लाडकी नात माझे पांग फेडणार काय? पणतू बघायचे भाग्य फार थोड्यांच्या वाट्याला येते. ते भाग्य ती मला मिळवून देईल काय? पण तोवर मी जगेन तरी का? जगेन, जगेन. मी तोवर मरणार नाही. आता एवढ्या गोष्टीसाठी माझा जीव अडकून राहील. पण मी पाहीनच. माझ्या नातीचे लेकरू पाहीन आणि मगच मी समाधानाने प्राण सोडेन....

म्हातारीचे तोंड आनंदाने फुलून आले. तिला नवा जोम मिळाल्यासारखे वाटू लागले. भेटायला-बसायला आलेल्या म्हाताऱ्या बायांना क्षीण आवाजात ती म्हणाली,

“बायांनो, आता एवढं झाल्याशिवाय मला काय मरायचं न्हाई. पणतू बघेन, त्याला मांडीवर घीन आन् मगच मसणात जाईन.”

बायकांना हे तिचे बोलणे पटले. एवढी भाग्याची गोष्ट घडत असताना मरण यावे असे कोण म्हणेल? अशी इच्छा तरी का करावी?

“धुरपदे, नातीचं लगीन बगितलंस. आता तिचं लेकरूसुदिक मांडीवर खेळव गं बाई.”

“तिवडंच द्यावं बग देवानं तुला.”

“मग आनखी काय न्हाई दिलं तरी चालंल.”

धुरपदाने मान हलविली.

“व्हय, मग अगदी दुसऱ्या दिवशी मी मेले तरी चालंल. तवर मात्र देवानं मला नेऊ ने.”

धुरपदाचे हे बोलणे सगळ्या बायांना मान्य झाले. तिची ही शेवटची इच्छा देवाने पुरी करावी, तोपर्यंत तिला मरण येऊ नये, असेच त्यांना वाटत राहिले. धुरपदाने देवाला हात जोडून हीच प्रार्थना केली. थोडक्यावर बिघडवू नकोस. एवढा पणतू बघू दे. त्याला माझ्या मांडीवर बसवू दे. मग मी मोकळी झाले. मग केव्हाही तुझे बोलावणे येऊ दे. मी आनंदाने त्या वाटेने जाईन. कसलीही कुरकुर करणार नाही.

या खेपेला देवाने खरोखरीच तिचे गाऱ्हाणे ऐकल्यासारखे दिसले. थकलेली, भागलेली, अंगातले बळ गेलेली ही म्हातारी जिवंत राहिली. तिच्या अंगात नवे बळ आले. दम्याने खोकता खोकता अंथरुणावर पडल्या पडल्या ती पणतू पाहायच्या इच्छेने जीव धरून राहिली.

दिवस भराभरा गेले. उन्हाळा उलटून पावसाळा आला आणि गेला. कितीतरी दिवस पाऊस पडला. कितीतरी दिवस आभाळात ढग आले. तापलेल्या जमिनींनी पाणी शोषून घेतले आणि त्या तृप्त झाल्या. बाहेर केवढा तरी बदल झाला. जिकडे तिकडे हिरवीगार मखमल पसरली. झाडे टवटवली. कितीतरी सण आले आणि गेले. जमिनींना वाफसा येऊन पेरण्या झाल्या. उन्हा-पावसाचं रंगीत गोफ गुंफणारा श्रावण महिना संपला. गौरी-गणपती मिरवीत आणणारा भाद्रपद महिना संपला. आभाळ हळूहळू रिते होऊ लागले. नवरात्र संपले, दसरा उजाडला. रानात पिके गुडघ्याला आली आणि बाळंतपणासाठी आलेली म्हाताऱ्या धुरपदाची नात योग्य वेळी बाळंतीण झाली. तिला मुलगा झाला. थोरल्या लेकाला नातू झाला.

– आणि धुरपदाला पणतू झाला. तिच्या डोळ्यांचे पारणे फिटले!

लग्न झाल्यापासून एक वर्ष उलटले नाही, तोच धुरपदाच्या घरी आणखी एक मंगल कार्य झाले. तिच्या घरी नातीचाही पाळणा हलला. या पतवंडाचे बारसे मोठ्या थाटाने झाले. पुन्हा गावोगावची माणसे आली. जुने पाहुणे आले, नवे पाहुणे आले आणि घरात नुसती धमाल उडाली. जिकडे-तिकडे चार दिवस गजबजच गजबज झाली. जेवणाखाण्याचा धडाका उडाला. सगळ्यांच्या तोंडी गोडधोड पडले. म्हातारीच्या मांडीवर लोकांनी पणतू ठेवला. ते लहान पोर तिच्या मांडीवर रडू-ओरडू लागले, हातपाय झाडू लागले, तेव्हा धुरपदाचे मन समाधानाने काठोकाठ भरून गेले. आपल्या थिजलेल्या डोळ्यांतले पाणी पुशीत तिने देवाला हात जोडले.

"देवा, माझं सगळं पांग फिटलं रं बाबा! आता काय सुदिक व्हायलं न्हाई. आता सुखानं मला ने."

बाळंतपणाला आलेली नात दोन-तीन महिने राहिली. तिचे आणि तिच्या पोराचे कौतुक करण्यात म्हातारीचे दिवस भराभरा गेले. पतवंडाला पाळण्यात घालून म्हातारी धुरपदा उगीच झोके देत बसे. त्या वेळी तिच्या मनात नाना विचार येत. आपल्या थोरल्या पोराचा पाळणा हलविताना तिची तीच तिला दिसू लागे. त्याच्या पोरीला लहानपणी खेळविताना गेलेले दिवस तिला स्पष्ट आठवत आणि आता त्याच लहान पोरीचे हे पोर. केवढा तरी काळ मध्ये गेला! कितीतरी दिवस लोटले. आपल्याला केवढे हे आयुष्य मिळाले! मुलगे, मुली, नातू, नातवंडे... सगळेच सुख मिळाले. आपण आता सगळे भरून पावलो. मागावे असे आता काही राहिलेच नाही....

मग बाळंतविड्याला जमलेल्या बायकांना ती थकली-भागली म्हातारी म्हणू लागली,

"बायांनो, आता आमचं देणं-घेणं सरलं. आता मला निरोप द्या."

जमलेल्यांपैकी कुणीतरी हसत हसत म्हणे,

"अगं, पण हो हो, जरा नातीला जाऊ दे सुकानं सासरी. मग तू बी जा. कोन नगं म्हनतंय?"

पण म्हातारी आता पूर्वीसारखी हसेनाशी झाली. अगदी गंभीरपणे ती म्हणत राहिली,

"उगी गुतवू नगा मला आता. मी मोकळी झाले. आता काय माजी आशाच -हायली न्हाई."

आणि न बोलता ती घुम्यासारखी बसून राहू लागली. डोळे मिटून अंथरुणावर उगीचच पडून राहू लागली. हे पिकले पान आता खरोखरीच तुटायला आले.

तीन-चार महिन्यांनी नात सासरी निघाली, तेव्हा तिने आजीच्या गळ्याला मिठी मारली. तिच्या पाया पडली. रडत रडत म्हणाली, "आता पुना कवा गं भेटशील आज्जे?"

म्हातारीने आपला खरबरीत हात तिच्या तोंडावरून फिरवला. कानावरून बोटे मोडली. तिच्या पोराला एकदा मांडीवर घेऊन त्याचे पटापट मुके घेतले. मग ती समजावणीच्या स्वरात बोलली,

"येडी का काय सखूबाई तू? इक्तं समदं झालं सवरलं. आता पुन्हा तुझा जीव माज्यात हायेच का? आगं, माजी आशा आता ठेवू नगंस."

"आसं गं का म्हनतीस?"

"खरं हाय तेच म्हणती. माजं घोडं थकलं बाई. आता पुन्हा आणखी ह्यो घोळ कशाला?"

पोरीने डोळे पुसले. पुन्हा पाया पडता पडता विचारले,

"मग मी जाऊ का?"

"आनंदानं जा आगदी माझे बाई. सुखानं राहा. तुझा ल्योक म्हातारा हूं दे बरं."

"पाडव्याला मी यीन माघारी."

"ये गं पोरी. पन माझ्या भेटीगाठीची विच्छा आता धरू नगंस."

डोळे पुशीत पुशीत नात निघून गेली आणि मग इतके दिवस भरल्याभरल्यासारखे वाटणारे धुरपदाचे घर एकदम रिकामे झाले. तिचे बळ संपले. तिला सारखे हुरहुरल्यासारखे वाटू लागले. लाडकी नात सासरी निघून गेली आणि मग धुरपदाला एकदम सुनेसुनेच वाटू लागले. आपल्या निस्तेज डोळ्यांनी पाहिलेले पतवंडाचे रूप तिच्या डोळ्यांसमोर सारखे येऊ लागले. हळूहळू तिला करमेनासे झाले. तिचा चेहरा

आणखी निस्तेज झाला. डोळे खोल गेले. हातपाय आणखी थरथरू लागले. दमा वाढला.

हळूहळू म्हाताऱ्या धुरपदाने अंथरूणच धरले.

दिवसरात्र ती पडून राहू लागली. कण्हतकण्हत खोकू लागली. दम्याने तिचा जीव आता भलताच घाबरा होऊ लागला. दृष्टी आता जवळजवळ गेलीच. ऐकूही फार कमी येऊ लागले. डोळे मिटून तासन् तास ती निपचित पडून राहू लागली. तिचे अखेरचे आजारपण आता अगदी जवळ आले.

आपले आता भरत आले हे धुरपदाला कळून चुकले. मग ती निरवानिरवीची भाषा बोलू लागली. पोरांच्या, सुनांच्या, नातवंडांच्या अंगावरून आपला लाकडासारखा हात फिरवून रडू लागली. रडता रडता क्षीण आवाजात म्हणू लागली,

"माजं आता भरत आलं. मी समदं भरून पावले, बाबांनो. तुमी समदी नीट ऱ्हावा. सुखानं नांदा."

आणि तोंडातल्या तोंडात काही पुटपुटत स्वस्थ पडून राहू लागली.

पुढे चार-दोन दिवसांतच जास्ती झाले तेव्हा सगळी माणसं जमली. परगावाहून लेक आली. जावई आला. तिची मुले आली. घरची सगळी माणसे तिच्याभोवती बसून राहिली.

मध्येच शुद्धीवर आल्यावर धुरपदाला ही सगळी माणसे अस्पष्ट दिसली. हळू आवाजात तिने विचारले,

"कोन कोन आलंय रं?"

थोरल्या पोराने तिच्या कानापाशी तोंड नेले. आलेल्यांची नावे सांगितली. ती ऐकून तिने समजल्यासारखी मान हलविली.

"बरं झालं बाबा आलात."

मग थोरला पोरगा तिच्या कानाशी तोंड नेऊन म्हणाला,

"आई, तुझी काय विच्छा राहिली असली तर सांग. मी करेन."

म्हातारीने डोळ्यांची नुसतीच उघडझाप केली. मान हलविली.

"काऽऽय ऱ्हाई रं बाबा."

"तुला काय दान करायचं का?"

"ऱ्हाई."

"काय सांगायचंय काय?"

"काय ऱ्हाई."

"मग तुला काय पायजे?"

"काई नगं."

असं म्हणून म्हातारीने डोळे हळूहळू इकडेतिकडे फिरवीत सभोवार बघायचा

प्रयत्न केला. कुणाला तरी शोधल्यासारखे केले आणि मग पुन्हा डोळे मिटले.

थोरल्या पोराला पहिल्यांदा काही कळले नाही. मग एकाएकी त्याच्या ध्यानात आले. डोळे पुशीत त्याने विचारले,

"सखू आली न्हाई अजून. तिला बोलवू का?"

लेकाचे हे बोलणे ऐकल्यावर म्हाताऱ्या धुरपदाने टचकन् डोळे उघडले. पोराकडे टक लावून पाहिले. मग अगदी क्षीण आवाजात अडखळत ती म्हणाली,

"सखूला आन. तिच्या लेकराला लई बगावं वाटतं. तेवढं भेटव बाबा. म्हंजे मी मोकळी झाले. मग माजा प्राण सुखानं जाईल."

□

# धोंड्याचा महिना

गावात पहिल्यांदा चार-दोन घरांवर धोंडे आले तेव्हा कुणी त्यांच्याकडे लक्ष दिले नाही. असेल काहीतरी म्हणून सगळ्यांनी तो विषय तिथंच सोडला. पण दुसऱ्या दिवशीही धोंडे आले. तिसऱ्या दिवशीही आले. तेव्हा लोकांना वाटले, हा काहीतरी पोरासोरांचा चावटपणा आहे. चालेल चार दिवस आणि थांबेल; पण आणखी चार दिवस असेच गेले आणि धोंड्यांचे प्रमाण बेसुमार वाढले. मग मात्र हे प्रकरण काहीतरी गंभीर आहे, हे सर्वांच्या ध्यानी येऊ लागले.

गावात धोंडे पडत, ते रात्रीच्या वेळेला. खेडेगावात काय? अंधार झाला की रात्रच सुरू होते. सात-आठच्या पुढे जिकडेतिकडे गडीगुप्प. एखाद्या डोहातले पाणी असावे तसे शांत. कुठेतरी कुत्री भुंकत असतात. एखादा माणूस कंदील घेऊन बाहेर निघालेला असतो. वाण्याच्या दुकानातली ढणढणी भकास उजेड ओकीत असते. एवढाच जिवंतपणा. बाकी जो तो घरीच असे. गप्पा मारायच्या, जेवायच्या, पान खायच्या नादात असे. अशा उद्योगात नऊ-दहा वाजत. मग माणसे झोपायच्या तयारीला लागत. दहाच्या पुढे तर किर्रर्र शांतता. कुणी यायचे नाही आणि जायचे नाही.

दहा वाजले की गुंड्यांचा वर्षाव सुरू होई. पहिल्यांदा उगीच कुठेकुठे गुंडे येत. पण आठ दिवसांच्या आतच धोंडे सगळीकडेच पडू लागले. माणसे घाबरली. अंथरुणे-पांघरुणे गुंडाळून आत पळाली. बाहेर कोणी झोपेनासे झाले. न जाणो, आला गुंडा भिरभिरत आणि बसला टकुऱ्यात तर?... तर काय? दुसऱ्या दिवशी पालखीच निघायची आपली. या विचाराने सगळे घरात पडू लागले. बाहेर कोणी फिरकेना.

आणि लोकांची भीती उगीच नव्हती. एखाद्या मोठ्या आंब्याएवढा एकेक गुंडा येई. धाडदिशी माळवदावर किंवा अंगणात पडला की, त्या आवाजानेच माणसे चरकत. दारे, सवणी बंद करून झोपत. त्यातून धोंडे चुकून जर का पत्र्यावर पडले एखाद्याच्या, मग तर काही विचारायलाच नको! धडाड् करून असा प्रचंड आवाज व्हायचा की तो सगळ्या गावात ऐकू जायचा. एखादी कडेपाट इमारतच कोसळली

आहे असे वाटायचे. असा धांगडधिंगा रात्री एक-दोन वाजेपर्यंत चालायचा. मग ही विलक्षण बरसात हळूहळू कमी व्हायची आणि संपायची. धोंडे केव्हा बंद व्हायचे ते नेमके कुणालाच कळत नसे. कारण त्या वेळी सगळ्यांचा डोळा लागलेला असे.

आठ दिवस असे गेले आणि मग गावात चोऱ्याही होऊ लागल्या. आज कोणाची भांडीकुंडी गेली, उद्या कोणाचे दागिने गेले, परवा दुकानातील कापडेच गेली, असा बोभाटा रोजच जेव्हा होऊ लागला, तेव्हा सगळ्यांच्या पोटात गोळा आला. काहीतरी केले पाहिजे असे सगळ्यांना वाटू लागले.

मग सगळ्यांनी एकत्र बसून रात्रीच्या वेळेला गावची राखण करायची ठरविली. रात्री रस्त्यावर बत्त्या लावून ठेवाव्या आणि प्रत्येक गल्लीतल्या लोकांनी आपल्या गल्लीत रात्रभर गस्त घालावी, असा बेत सगळ्यांना पसंत पडला. दिवसाउजेडी गावच्या आसपास फिरून या चोरांचा तपास लावावा, असेही काही जणांनी सांगितले. ते सगळ्यांनाच मान्य होण्यासारखे होते; पण उद्योगधंदा सोडून ही जोखीम पत्करायची कुणी?

एकाने स्पष्ट सांगितले,

"किल्ल्याकडनं धोंडे येतात. किल्ला हाय पडीक. नदीकाठाला. कंजाळ माजलंया समदं. जनावरंबी जात न्हायीत तकडं. मंग आमीच कसा जीव धोक्यात घालावा?"

हे म्हणणे रास्त होते. आपण जीव धोक्यात काय म्हणून घालायचा? एखाद्या वेळी प्राणावर बेतली म्हणजे? त्यापेक्षा गस्त घालणे, हिंडणे हे केव्हाही चांगले. पडका किल्ला नदीकाठाला उभा होता. तिथे सगळीकडे इतका निवडुंग आणि झाडेझुडपे वाढली होती की, तिकडे गेल्याचे कुणालाच आठवत नव्हते. चोरांची टोळी असलीच तर त्यांना लपायला, धोंडे मारायला ती जागा चांगली होती हे खरे, पण तिकडे जायचे कुणी?... तेव्हा ती कल्पना सोडून देण्यात आली.

तो दिवस अशा रीतीने धाकधुकीत संपला आणि रात्र आली. लोकांनी गावात असलेल्या चार-दोन बत्त्या चौकाचौकांतून लावल्या. काठ्या घेऊन माणसे पहाऱ्याला बाहेर पडली. यातले खरे धीट फार थोडे. बाकीचे लाजेकाजेनेच, लोक नावे ठेवतील म्हणून आलेले. काठ्या मात्र सगळ्यांनीच आणल्या. कुणी पत्त्याचे जोडही खिशात घातले.

देशमुखाने रामोशांना आज बजावून सांगितले होते,

"गस्तीला तुमीबी पायजेतच. सबंद गाव घेरा. हळ्या द्या."

त्यानुसार रामोशी सगळे उठून आले आणि काठ्या घेऊन हिंडू लागले. कुरकुरत का होईना, पण गावाबाहेर अंधारांतून फिरून आले.

वर्मी लागलेले जनावर जसे निपचित पडते तसे गाव अगदी निपचित होते.

सगळीकडे भयाण शांतता होती. नऊ वाजले, दहा वाजले. कुठे काही आवाज निघाला नाही. चोहीकडे कसे स्तब्ध. खसफस आवाजसुद्धा ऐकू येत होता. रोजची कुत्र्यांची भुंकाभुंकी आज फारशी नव्हती आणि जी होती ती फार कर्कश वाटत होती. माणसे फिरत होती खरी, त्यांच्या तोंडावर धीर होता पण पोटात भीती होती. कोणत्या क्षणाला काय होईल याचा नेम नव्हता.

अशा चमत्कारिक अवस्थेत बराच वेळ गेला.

आता हिंडणारी माणसे कंटाळली. त्यांचा पहिला दम, उत्साह सरला. मग कुणी पत्ते खेळू लागले. कुणी चकाट्या पिटीत बसले. कुणी भिंतीला रेलून पेंगू लागले. धोतर तोंडावर घेऊन झोपी गेले.

मध्यरात्र झाली.

आणि मग एकदम धोंड्यांचा वर्षाव सुरू झाला. वळवाचे टपोरे थेंब एकदम सडाक्याने पडावेत तसे धोंडे पडू लागले. पहिले चार-दोन बत्त्यांच्याच रोखाने आले. बत्त्या फुटल्या आणि विझल्या. सगळीकडे गडद अंधार झाला. मग पहिल्यापेक्षाही वेगाने धोंडे आले. घरांवर, पत्र्यावर, माळवदावर, रस्त्यावर धडाडधड असे आवाज निघाले आणि पुन्हा सगळे गाव हादरून निघाले. झोपणारे, पेंगणारे, खेळणारे चट्दिशी उठले आणि आडोशाला झाले. मध्येच एक धोंडा भिरभिरत आला आणि खंडू चेंगटाच्या नडगीवर गपकन बसला. त्याबरोबर तो खालीच बसला आणि कळवळून ओरडला,

"मेलो, मेलो, अयाईऽऽग. पाय तुटला माजा."

हे ऐकल्याबरोबर आडोशाला असलेले लोक धूम पळाले आणि अंधारातच पळत, ठेचकाळत आपापल्या घरात घुसले. खंडूच्या मदतीला कुणीच आले नाही. तो रडला, ओरडला आणि लंगडत लंगडत घराकडे गेला.

हा प्रकार झाल्यावर रामोशीही गावाबाहेर राहिले नाहीत. तेही घराकडे सुटले. माणसे इतकी घाबरली की रात्रभर घराबाहेर कुणी पडले नाही. या रात्री गावातली तीन-चार घरे फुटली आणि कुणाचे काही, कुणाचे काही चोरीला गेले. देशमुखाची बंदूकही देवडीवरून बेपत्ता झाली.

सकाळ झाली. चांगले फटफटले. पाखरांची कुलकुल थांबली. दावणीची जनावरे उठून उभी राहिली. चाऱ्यासाठी दाव्याला ओढ घेऊ लागली, हंबरू लागली. तरी कुणी बाहेर आले नाही. मग उन्हे तापू लागली, दिवस खांद्यावर आला तसे गाव जागे झाल्यासारखे दिसू लागले. एकेक हळूहळू बाहेर पडू लागला. चावडीपाशी जमून एकमेकांना आपली सुखदुःखे सांगू लागला. ज्यांच्या चोऱ्या झाल्या ते कपाळाला हात लावून बसले. ज्यांच्या झाल्या नाहीत, त्यांना पुढची धाकधूक वाटू लागली. सगळ्यांची तोंडे एवढीशी झाली. गावच्या कर्त्या माणसाकडे सगळे आशेने बघू लागले.

बंदूक चोरीला गेल्यामुळे देशमुख एकदम मऊ आला होता. आता आपल्या घरी केव्हाही चोरी होईल, असे त्याला वाटत होते. अगदी हळू आवाजात तो म्हणाला,

"रामोशी महार कुठं आहेत?"

त्याबरोबर रात्रभर जागलेली रामोशी-महार मंडळी पुढे झाली. रामराम करून खाली बसली. त्यांचे डोळे तारवटले होते. अंग जागरणाने जड झाले होते आणि हिंडून-फिरून त्यांच्या पायांचे तुकडे पडायची वेळ आली होती.

देशमुख म्हणाला,

"गड्यांनो, तुमी लई हिंडलात, खरं नव्हं?"

हरबा रामोशाचा तरुण पोरगा – बुधा – रामोशाचा म्होरक्या होता. त्याचे अंग लाकडी कारल्यासारखे गोळीबंद होते आणि काळ्याभोर मिशांमुळे तो दैत्यासारखा दिसत असे. ताठ उभा राहून तो म्हणाला,

"आता काय सांगू मालक तुमास्नी. आमी समद्या गावच्या कडेने येडा घातला. लई हिंडलू-फिरलू पर काय पत्त्या लागला नाही."

"व्हय जी." दुसऱ्या महाराने उठून सांगितले, "आमी गोफणगुंडा घेऊनच गेलतो. किल्ल्याकडं गुंडं घालून घालून हात दुकलं आमचं. पर काय न्हाय. त्येंचं गुंडं काय थांबलं न्हायी. मग धुमाट पळालो."

यावर देशमुख काही बोलला नाही. मान खाली घालून विचार करीत तो स्वस्थ राहिला. मग शेजारी बसलेल्या कामगार कुलकर्ण्याला म्हणाला,

"काय भगवंतराव, काय करायचं आता? चालवा की बामणी टाळकं आता. का जायाचं सरकारात?"

इतका वेळ भगवंतराव जानव्याच्या दातकोरण्याने दातातली घाण काढीत होता. तोंडे वेडीवाकडी करून घाण काढीत होता. देशमुख बोलला तसे त्याने दातकोरणे तोंडाबाहेर काढले. मग तो म्हणाला,

"तर! सरकारकडंच दाद मागायला पाहिजेन. हे आटपायचं न्हायी आपल्याला."

"मग कसं कसं करायचं म्हणता?"

"तालुक्याला जाऊन पाटलांनी ठाण्यावर वर्दी द्यायला पाहिजे. म्हंजे चार-दोन पोलीस येतील हितं मुक्कामाला. त्येच सुती लावतील सगळं."

"आन् न्हायी तेवढ्यांना आवरलं तर?" कुणीतरी शंका काढली.

"लेका, आनखीन आणत्याली पोलीस. सरकारजवळ काय तोटा हाय?"

दुसऱ्याने परस्पर उत्तर दिले,

"आन् त्येनला यायला किती रोज लागतील?"

"आता त्ये काय सांगावं? पण चार-आठ रोज तरी कमीतकमी लागत्याल." देशमुख म्हणाला.

"आन् तवर ही पिडा कशी आवरायची?"

"त्ये मी काय सांगू? ज्येचं त्येनं बगावं तवर."

देशमुखाच्या या उत्तरावर कुणी काही बोलले नाही. त्याचे बोलणे कडवट होते; पण खरे होते. पोलीस आल्यावाचून हे संकट दूर होण्यासारखे नव्हते, हेही खरे आणि त्यांना यायला आठ-चार दिवस तरी लागणार हेही खरे. सरकारी काम आहे ते. त्यांना इतका उशीर व्हावा हे योग्यच होते. या मधल्या काळात कुणी कशाची हमी द्यावी? ज्याचे त्याने बघावे, हेच शेवटी खरे.

बैठक संपली हे ध्यानात येताच जो तो उठला आणि आपापल्या घराकडे गेला. विचार करीत, आपल्यापुरते काहीतरी ठरवीत. चावडीपासली गर्दी ओसरली. गावातली चार-दोन ठळक माणसे तेवढी राहिली. ते बघितल्यावर देशमुखाने बुधा रामोशाला हाक मारली,

"बुधा, जरा हिकडं ये."

बुधा घरी यायला निघाला होता. त्याला कशाचीच भीती नव्हती. त्याच्या घरी होते काय असे चोरी करण्यासारखे? त्यामुळे त्याला या फावल्या वेळच्या गप्पा वाटत होत्या. देशमुखाची हाक ऐकून तो मागे फिरला, पायरीपाशीच उभा राहून म्हणाला,

"काय जी?"

"हे बघ, आजपासून तू अन् दोन-तीन रामोशी घरला यायचं निजायला काय?"

बुधाने नुसती मान हलविली.

"आन् हे बघ, भाकरतुकडा आणू नका संगट. वाड्यातच होईल तुमची सोय. मी करतो येवस्ता. ओ?"

"व्हय."

"हं, जा ऊठ मग. लाग आपल्या उद्योगाला."

"बराय."

असे म्हणून बुधा हलला आणि रामोसवाड्याकडे चालला. देशमुखही उठला, चावडी उतरला आणि घराकडे गेला. मग इतका वेळ तोंडात गुळणी धरून बसलेला भाईचंद गुजर पटकन उठला आणि कोल्ह्यासारखा रामोसवाड्याकडे गेला.

बुधा त्याला वाटेतच भेटला. त्याला हाक मारून गुजर म्हणाला,

"बुधा, दुकानी चल जरा. काम आहे."

गुजराचे हे बोलणे ऐकून बुधाला मोठे नवल वाटले. कधी नव्हे ते गुजर आज इतकी आगत दाखवून कसं बोलू लागलं? अशी काय जादू झाली? त्याला कळेना.

कुतूहलाने गुजराकडे बघत तो म्हणाला,

"जरा दमा शेटजी. भाकर खातू आन् येतू. आ?"

"छ्या: छ्या:!" गुजर घाईने म्हणाला, "आत्ताच चल. जरुरीचं काम आहे.

भाकर माझ्याकडं खा. मग झालं?''

गुजराने अशी घाई चालविली, चुटक्या वाजवायला सुरुवात केली, तेव्हा बुधाचा नाइलाज झाला. मुकाट्याने तो त्याच्या पाठीमागे गेला. दुकानाच्या पायरीवर बसला.

गादीवर बसून भाईचंद म्हणाला,

''अरे, असा बाहेर का बसला? आत ये. वर बस.''

''नको जी. बरा हाय मी हतंच.''

''ॲहॅ, असं कुठं झालंय? चल वर ये.''

आपल्याला मान द्यायची गुजराची ही गडबड पाहून बुधाला बुचकळ्यात पडल्यासारखे झाले. त्याला काही समजेना. तो एक-दोनदा घुटमळला; पण गुजराने हुकूमच केल्यासारखा केला, तेव्हा निमूटपणे उठला आणि सतरंजीचा कोपरा बघून बसला. कुतूहलाने गुजराकडे पाहत राहिला.

विचार करण्यासाठी गुजर थोडा वेळ थांबला. मग म्हणाला,

''देशमुखाने काय तुला वाड्यात बोलावलंय व्हय झोपायला?''

''व्हय.''

''कशाला?''

''दुसरं कशाला? राखणीला बोलावलं आसंल.''

''अन् त्यो काय देनार तुला त्याबद्दल?''

''काय द्यायाचं?'' बुधाने सांगितले, ''दील पायली जवारी.''

''हात लेका, आन् तेवढ्यापायी रातसार जागनार तुमी रोज?''

गुजराचा हा प्रश्न कोणत्या रोखाने आहे, हे बुधाला नीट समजले नाही. तो आपला चेहऱ्यावर प्रश्न काढून गुजराकडे पाहत राहिला.

''त्यापेक्षा आमच्याकडं या की राखणीला. तुला पोतंभर जवारी देतो.''

पोतंभर ज्वारी? पोत्यांतली ज्वारी बुधाने फक्त दुकानात पाहिली होती. कधी कधी पाठीवर घालून दुसऱ्याच्या घरी पोचती केली होती; पण स्वत:च्या घरी पायलीच्यावर धान्य कधी आणलेले त्याला आठवत नव्हते. पोतेभर धान्य म्हणजे काय गंमत आहे? म्हणजे दोन महिने धान्याची, खाण्याची काळजी नाही डोक्याला! छे, छे! हे फारच भयंकर होते. स्वप्नातले होते. न पटणारे होते.

गांगरून बुधा वेड्यासारखा गुजराकडे बघू लागला. म्हणाला,

''काय म्हनता शेटजी? पोतंभर जवारी?''

शेटजीला वाटले, याला आणखीन काही पाहिजे असावे. खूप पैसा असला म्हणजे माणसाला असेच उलटे वाटायला लागते. रामोशी घुटमळला हे पाहून तो घाईघाईने म्हणाला, ''अरे, एवढ्यानं काय होतंय? ज्वारी तर आत्ता देतो. पर केलीस कामगिरी चांगली तर शे-दोनशे रोख देतो लग्नाला तुझ्या. आहेस कुठं?''

आता मात्र गुजराने बुधाच्या काळजालाच हात घातला. बुधाचे लग्न अजून झाले नव्हते; पण ठरले होते. पैशासाठीच सगळे तटून राहिले होते. स्वत:ला रोज पोटभर भाकरतुकडा कसाबसा मिळाला तरी हरिबाला मोप झाले असे वाटायचे, तिथे पोराच्या लग्नाला पैका कुठून साठवायचा? नाही म्हटले तरी शे-दोनशे तरी खरे. जातवाल्यांना जेवण निदान द्यायला पाहिजे, बायकोला चार धडोती तरी घ्यायला पाहिजेत. तेवढ्यासाठी सगळे खोळंबले होते.

– आणि गुजर तेवढा पैका सोडायला तयार होता.

बुधा घुटमळला, मनाशी काहीतरी ठरवू लागला. ते बघून गुजर म्हणाला, "आता मागंपुढं बघू नकोस. रातच्याला आजपासून यायाचं. भाकर पाहिजे तर इथंच खात जावा. काय?"

यावर आता काही इलाजच उरला नाही असा चेहरा बुधाने केला. मान हालवून तो म्हणाला,

"म्हंजे काय मालक? तुमी तर बोलायला जागाच ठिवली न्हायी. आता देशमुखाकडचं कसं सारायचं?"

"अरे, दुसरी मंडळी लावून दे तिकडं."

गुजराने अशा रीतीने आपल्या संरक्षणाची बळकट व्यवस्था केली. करायला पाहिजे होती. आज नाही म्हटले तरी दहा-वीस हजारांची रोकड घरात होती. शिवाय दागदागिने होते. गहाणवट, चोरीमारीचा माल वेगळाच. मग चार-आठ दिवस एवढी जोखीम उरावर कुणाच्या जीवावर घ्यायची? बुधासारखी दोन-तीन तगडी माणसं घर राखायला बसवायलाच पाहिजेत. त्यासाठी केली पदरमोड थोडीशी म्हणून काय झालं?... या विचाराने गुजराने बुधाला पक्का केला. तिथेच भाकरी घातली. मग स्वत:च्या खास डब्यातली पानतंबाखू दिली. पोतेभर ज्वारी देऊन त्याला वाटेला लावले. "रातच्याला आठवणीनं ये हयगय करू नको –" म्हणून बजावलं.

ज्वारीचे पोते पाठीवर टाकून वाकलेला बुधा रामोसवाड्याकडे आला. आज जे काही अवचित घडले होते, ते त्याच्या मनात मावत नव्हते. पोतेभर ज्वारी, शे-दोनशे रुपये म्हणजे केवढी कर्तुकी झाली! बाप तर निव्वळ हरखून जाईल. आपली पाठ थोपटील. सबंध रामोसवाडा टकटका आपल्या घराकडे बघत राहील. आपले कौतुक करील. बायाबापड्या तोंडावर हात ठेवून उभ्या राहतील, अशा विचाराच्या नादात तो झपाझप घराकडे आला. रामोशांच्या वस्तीत शिरला. पण बघतो तो तिथे बायापोरांचा एकच कालवा चाललेला. एक-दोन बायांच्या हातात कोरी लुगडी होती. पोरासोरांजवळ नवी कापडे, आंगडी-टोपडी होती आणि त्यांचे खिसे गुडीशेव, लाडू-जिलेबी यांनी भरलेले होते. खात खात तुकडा मोडीत ती सगळीकडे धूम पळत होती. एक-दोघा रामोशांनी नवा पटका टकुऱ्याला गुंडाळला होता. बाजेवर

बसून ते जुगार खेळत होते. दोघे-चौघे हातातले चार-दोन रुपये खुळखुळ करीत हिंडत होते. मोठीच धामधूम उडून राहिली होती.

बुधा हा प्रकार बघून चकित झाला. एरवी त्याने पोतेभर ज्वारी आणली असती तर सगळ्या वस्तीला आठ दिवस तो विषय पुरला असता; पण आज कोणाचे तिकडे फारसे लक्ष गेले नाही, हे बघून त्याला आश्चर्य वाटले. त्याचा आनंद किंचित ओसरला. पोते घरात दणकन टाकून तो बाहेर आला. हाक मारून म्हणाला,

"येशा, लेका, काय गडबड हाय रे?"

कोरा पटका घातलेला येशा जुगार बघत रेंगाळत होता. बुधाची हाक ऐकून तो उठला. हसत हसत आला. पटक्याचा मागे सोडलेला सोगा खांद्यावरून पुढे घेऊन बुधाला दाखवीत तो म्हणाला,

"कसा हाय शेमला?"

"झाक. कुटनं आनला?"

"आनला कुटला? दिला."

"आँ? कुनी रं?"

"मारवाडी न्हायी का त्यो लंगडा? त्येनं बक्षीस दिलाया."

बुधा आश्चर्याने थक्क झाला.

"बक्षीस? आन् मारवाड्यानं? टकुरं फिरलं काय त्येचं?"

"टकुरं फिराया काय झालं?"

"मग?"

"घर राखाया बोलिवलंय मला. म्हून पटका दिलाया. आनखीन काहीतरी दीन म्हनलाय."

आता बुधाला उलगडा झाला. म्हणजे सगळ्यांनाच कुणी कुणी बोलावून दिले आहे की काय? आपल्यालाच केवळ लाट मिळाला असे नाही तर? मोठी चंगळच झाली म्हणायची सगळ्यांची मग!

तेवढ्यात म्हातारा हातात धान्याचे चुमडे घेऊन घराकडे आलेला दिसला तेव्हा बुधा वळला. म्हाताऱ्यापाशी जाऊन म्हणाला,

"हे चुमडं कुटनं आणलं ज्वारीचं."

दोन पायलीचे चुमडे अगदी सहज हातात धरून म्हातारा हरिबा खुशीत घराकडे आला होता. बुधाचा प्रश्न ऐकून त्याने सांगितले,

"कुलकरन्यानं दिलंया."

एरवी दोन पायल्या म्हटल्यावर बुधा खूश झाला असता. पण आज त्याला त्याचे काहीच वाटले नाही. तिकडे तुच्छतेने दृष्टी टाकून तो म्हणाला,

"बगा, काय जिंद जात हाय कुलकरन्याची."

चुमडे खाली ठेवून म्हाताऱ्याने विचारले,

"आं, ते रं का?"

"घर राखाय बोलिवलं असंल तुमास्नी?"

"व्हय. त्यापायी तर दिलंया ह्ये."

"ह्ये एवढं व्हय?"

"मग?"

"ह्ये बघा गुजरानं किती दिलंया."

असं म्हणून बुधाने बापाला आत नेऊन सबंध भरलेले पोते दाखविले. ते बघून हरिबा तटस्थच झाला. काय बोलावे ते त्याला कळेना. त्याने नुसती पोराच्या खांद्यावर थाप मारली. मग बाहेर येऊन तो बाजेवर बसला. चिलीम ओढू लागला. सबंध जन्मात घरात उभे पोते त्याने कधी पाहिल्याचे आठवत नव्हते. म्हणजे बुधानेही मोठीच कर्तुकी केली म्हणायची! गावावरचे संकट झाले खरे, पण आपल्या तोंडात चार घास खात्रीने पडायची सोय झाली. काय गंमत आहे पाहा....

म्हातारा असा काहीतरी विचार करीत होता तेव्हा बुधा सबंध वस्तीतून फिरून आला. त्याने घराघरातून चौकशी केली. प्रत्येकाला काही ना काहीतरी लाट साधलाच होता. कुणाला ज्वारी, कुणाला शेंगा, कुणाला मिरच्या आणि ज्याला जे मिळेल ते त्याने आणले होते. कामाच्या आधीच आगाऊ आणले होते. स्वयंपाक खुशीत, झोकात चालला होता. बायामाणसे, पोरे आडवा हात मारमारून जेवत होती. घरोघर दिवाळीचा आनंद उजळला होता.

रामोशांना हे मिळायचे कारण होते. गावच्या लोकांची पक्की खात्री, हे लोक राखण करतील, जिवाला जीव देतील. चोरीमारी होऊ देणार नाहीत. एकदा अन्न खाल्ले म्हणजे बेइमान होणार नाहीत. म्हणून ज्याने-त्याने आपापल्यापुरती सोय केली. जो सापडला त्याला धरले, आपल्याजवळ जे देण्यासारखे असेल ते दिले आणि त्याची राखण कबूल करून घेतली. त्यामुळे रामोसवस्तीत रिकामा माणूस राहिला नाही. प्रत्येकजण कुणी ना कुणी गुंतविला.

दिवसभर सण करून त्या दिवशी रात्री रामोशांनी घरे राखली. नेहमीप्रमाणे आजही गुंडे आले. जोरात आले. रोजच्यासारखेच धडाधड आवाज निघाले. गाव हादरले. काय होते आणि काय नाही अशी धाकधूक सगळ्यांना वाटू लागली; पण राखण पक्की राहिली. त्यामुळे चोऱ्यामोऱ्या झाल्या नाहीत. दुसरा दिवस नीटनेटका उजाडला.

या प्रकारामुळे रामोशांचा भाव फारच वाढला. घरे पुष्कळ आणि रामोशी थोडे. त्यामुळे त्यांना आपल्याकडे ओढायची गावात अहमहमिका लागली. ओसरीवर, बैठकीवर बोलावून, पानतंबाखू देऊन लोक त्यांना काही काही देऊ लागले आणि त्यांची आर्जवे करू लागले. यामुळे त्यांनाही थोडे शेफारल्यासारखे झाले. ते

थोडेफार जास्ती मागू लागले, ज्यांना जमले नाही त्यांनी महार-मांगे बोलावली. त्यांनाही पर्वणी आली. पोतेपोते ज्वारी घेतल्याशिवाय कुणी यायला तयार होईना. जो तो टेचात सांगू लागला,

"जिवावरचं काम हाय मालक. चुकून टकुऱ्यात बसला गुंडा, तर पानीबी मागू द्यायचा नाही. एक ज्वारीचं पोतं लई हाय व्हय?"

लोकही अडले होते. त्यांच्या जिवात जीव नव्हता. त्यामुळे ते जे मागतील ते त्यांना द्यावे लागले. मग सुगीच्या वेळी राखलेली ज्वारी कुणी बाहेर काढली. रामोशांना, महारामांगांना वाटली. दुकानदारांनी मीठ, मिरची, तेल दिले. कुणी कापडेचोपडे दिली. गवंड्या, सुतारांनी त्यांची घरे नीटनेटकी करून द्यायची कबुली केली. जे तालेवार होते त्यांनी रोकड सोडली. अशा रीतीने सगळ्यांची मोठी चंगळ झाली. इतके सुख, इतके समाधान आणि एवढा निवांतपणा त्यांनी कधी पाहिला नव्हता, अनुभवला नव्हता. नवे कोरे पटके लेवून गावातून हिंडावे, कुठेही हक्काने, मानाने बसावे, पानतंबाखू खावी, बायकांनी कोरे सणंग नेसून फिरावे आणि शेण गोळा करावे, असा देखावा नेहमी दिसू लागला. पोरेठोरेही हाटेलातला गोडा माल खिशात भरभरून खात तोंड वर करून उंडगू लागली. कुणाला कशाची ददातच उरली नाही. कुणाला काही कमी पडलेच तर त्याने उठावे आणि घरमालकाकडे जाऊन बसावे. म्हणावे,

"मालक, पोरं उघडी हायेत. कापड घीन म्हनतो."

त्यांची ही रोजची तकतक पाहून घरमालक मनात चिडत, पण गप्प बसत. फार तर म्हणत,

"आं?... अरे परवा तर तू पवाराकडनं कापडाला पैसे घेतले ना?"

यावर ते सरळ सांगत,

"व्हय, घेतले हुते. न्हायी कोन म्हनतुया. पर ते खलास झाले, आन् कापडं घेयाची तशीच ऱ्हायली."

यावर मालक काय बोलणार? त्याला गरज असे. तो मुकाट्याने म्हणे,

"बरं बाबा, जा मारवाड्याच्या दुकानात सांग. माझ्या नावावर घे."

बुधाने तर बासुंदी-जिलबीचा रतीबच धरला. रात्रभर जागावे, सकाळी मेहनत करून खुराक खावा आणि दिवसभर ताणून द्यावी असा कार्यक्रम त्याने ठेवला. मधूनमधून तो दिवसा गुजराकडे जाई, सतरंजीवर बसून गप्पा हाणी, पान खाई आणि गुजराकडून काहीतरी नवीन मागून आणी. आज काय गुळाचे ढेकूळ आण, उद्या काय शेरअच्छेर डाळ आण, असा त्याने सपाटा ठेवला. त्यामुळे गुजरही मेटाकुटीला आला. पण बोलतो काय? रात्रीच्या रात्री रामोशांच्या जिवावर काढायच्या होत्या. त्यांना या वेळी नाही कसे म्हणायचे?

दहा-बारा दिवस असे सरले. अजूनही रोज रात्री धोंडे येत; पण आता त्यांचे

प्रमाण पुष्कळच कमी झाले होते. चोऱ्या करायला सोपे जावे, लोकांनी बाहेर पडू नये म्हणूनच धोंड्यांचा वर्षाव होत असावा. पण रामोशी-महारांच्या राखणीने चोऱ्या करणे अवघड झाले म्हणून धोंडेही थांबले असावेत. अधूनमधून त्यांचे अस्तित्व जाणवत असे आणि तेवढ्यानेही माणसे पुन्हा बिचकत. घराची राखण बंद करणे काही शहाणपणाचे नाही असे म्हणत. राखण सोडली आणि पुन्हा चोऱ्या व्हायला सुरुवात झाली म्हणजे? थोडक्यासाठी सगळेच गमावून बसायची वेळ यायची. या विचाराने ते पुन्हा या लोकांना आर्जवाने सांगत, काहीतरी देत.

या एक-दोन दिवसांत बुधाच्या मनात एकसारखे पैशाचे घोळत होते. गुजर काहीतरी देतो म्हणाला होता, ते पैसे लवकर घ्यावेत असे त्याला वाटत होते. म्हणून सकाळभर झोपून दिवस अर्ध्यावर आला तेव्हा तो उठला, चूळ भरून त्याने न्याहरी केली आणि काठी घेऊन तो लगबगीने गुजराकडे गेला. म्हणाला, "मालक...."

भाईचंद गुजर पोटावर वही ठेवून हिशेब तपाशीत बसला होता. बुधाची हाक त्याला ऐकू आली, पण तरीही त्याने मान वर केली नाही.

बुधाला जरा आश्चर्य वाटले. आज गुजर एवढा ताठला कसा? मग पुन्हा तो म्हणाला,

"ओ मालक –"

यावर काय कटकट आहे अशा मुद्रेने गुजराने तोंड वर केले. त्याच्याकडे पाहिले, कपाळाला आठ्या घालून डोळे बारीक करून विचारले,

"काय रे, का आलास या वेळेला?"

बुधा जरा चमकला. आज गुजराचा आवाज निराळा येत होता.

"तुमी म्हणाला होता –"

"काय?"

"लगीन काढलं तर शे-दोनशे देतो म्हून. त्यापायी आलतो."

"हंऽहं, त्ये होय?" भाईचंद वही बाजूला सारीत म्हणाला, "सध्या काय जमत नाही गड्या. बघू आता पुढं."

"पण तुमी बोली केलती –"

"अरे, बोलीपेक्षा पुष्कळ दिलंय तुमा लोकांना. कधी नव्हं ती पर्वणी आली तुमाला. पुष्कळ घेतलंत. लेकांनो, दिवाळी केलीत की दहा-बारा दिवस. आता पुरे."

गुजराच्या बोलण्यावर बुधा गप्प बसला. काही बोलला नाही. मग हळूच म्हणाला,

"मग मालक, राखणीचं कसं करायचं?"

वहीत खुपसलेले डोके भाईचंदाने पुन्हा वर काढले.

"बरी आठवण केलीस. राखण बंद आजपासून. येऊ नका कुणी."

आणि त्याने पुन्हा वहीला नाक लावले.

ही आपल्याला जाण्याची सूचना आहे हे बुधाने ओळखले. तो मुकाट्याने उठला आणि रस्त्याने निघाला. चावडीकडे गेला.

त्याने केलेला अंदाज बरोबर होता.

चावडीत आठ-दहा हत्यारी पोलीस येऊन उतरले होते. बंदुकी साफसूद करीत होते. लोकांची रस्त्यावर गर्दी झाली होती आणि पाटील, देशमुख, कुलकर्णी चावडीत बसून फौजदाराशी बोलत होते.

ते बघितल्यावर बुधा तिथे थांबलाच नाही. मुकाट्याने रामोसवाड्याकडे निघून आला. घरात पडून राहिला.

त्या रात्री पोलिसांनी गावात कडेकोट बंदोबस्त ठेवला. सबंध किल्ला धुंडाळला. गावातली तरणी माणसे बरोबर घेऊन आसपास चोख व्यवस्था ठेवली; पण त्या दिवशी रात्री गावावर धोंडे आलेच नाहीत. हत्यारी पोलीस आले आहेत असे समजल्यावर चोरटे बहुधा राहिलेच नसावेत. सबंध महिन्यात ती रात्र शांत, अगदी शांत गेली. लोकांना हायसे वाटले.

पोलिसांनी पुष्कळ शोध केला, पण चोरटे कुणी सापडले नाहीत आणि पुन्हा त्यांचा त्रासही गावाला झाला नाही. महिनाभर चाललेला हा दंगा, गोंधळ एकदम थांबला. हळूहळू तो कमी होतच आला होता; पण पोलीस आल्यामुळे त्याची नावनिशाणीदेखील उरली नाही. गावात पुन्हा शांतता नांदू लागली. लोक पुन्हा पहिल्यासारखे निश्चिंतपणे हिंडू-फिरू लागले, आपले उद्योग मन लावून बघू लागले. हळूहळू गाळ तळाला बसावा आणि गढुळलेले पाणी पुन्हा स्वच्छ व्हावे, तसे झाले. गावगाडा ठिकाणावर आला.

रामोशी महारांना पुन्हा पहिले दिवस आले. आठ-दहा दिवस त्यांनी दिवाळी केली; पण ते दिवस आता गेले. पुन्हा ते लोकांची विनवणी करू लागले. पायरीवर बसू लागले. लांबून पान घेऊ लागले. माना खाली घालून कोण काय बोलेल ते ऐकून घेऊ लागले, 'व्हय जी, न्हाय जी' असे अजीजीने म्हणू लागले.

आता त्या गोष्टीला पुष्कळ महिने लोटले आहेत. लोकही ती गोष्ट विसरले आहेत. केव्हा मागे आपल्या गावावर असे काही चमत्कारिक संकट आले होते, हे त्यांच्या आता फारसे लक्षातही नाही. रामोशी-महारही ती गोष्ट विसरून गेले आहेत.

पण बुधा रामोशाच्या मनातून ते अजून जात नाही. तो हळहळून म्हणतो,

"च्या बायली, ह्ये पोलीस येऊन घोटाळा झाला. त्येनंच माझं लगीन ऱ्हायलं. आता तसलं दीस पुना कवा येत्याल?"

□

# अडगळीची खोली

दोन वर्षांपूर्वी आम्ही पहिली जागा सोडली आणि नव्या जागेत राहायला आलो. ही नवी जागा म्हणजे जवळजवळ एक स्वतंत्र घरच होते. या घराला लागून दुसरा एक जुनाट घरवजा वाडा होता. या दोन्ही जागा एका मालकाच्या. त्यामुळे आमच्या घराचे अंगण सामाईक होते. अंगणाच्या एका अंगाला एक लहानशी खोली होती. त्या खोलीतून काढलेल्या जिन्याने पलीकडच्या घरात वर जाता येई. त्या घरात वरच्या मजल्यावर एक बिऱ्हाड होते. गेली दहा-पंधरा वर्षे तरी ते त्या जागेत राहत असावे. या खोलीतल्या जिन्याच्या वाटेनेच ती मंडळी वर-खाली करीत. अंगणाला लागून आत खोलीत नळ होता. त्या नळाचे पाणी त्या अंधाऱ्या जिन्याने वर नेत.

आम्ही राहायला आल्यानंतर या एकेक गोष्टी आम्हाला दिसल्या. एक पोक्त माणूस, दोन-तीन मोठी पोरे, सुना, त्यांची पोरे अशी दहा-बारा माणसे तरी त्या घरात असावीत. बायकांचा पाणी भरण्याचा दणका सारखा चाललेला असे. पोरे सारखी रडत आणि वर-खाली येत जात. त्यामुळे त्या खोलीकडे माझे सारखे लक्ष जात असे.

या खोलीला त्या मंडळींनी काय नाव ठेवले होते कोण जाणे; पण मी तिला अडगळीची खोली समजत असे. आणि कुणीही तसेच समजावे असे या खोलीचे रूप होते. मुळातच तो वाडा जुनाट आणि अंधारा. त्यातून तळमजला. त्यामुळे या खोलीत अंधाराच्या पुराने अगदी कमाल मर्यादा गाठली होती. अंगणात अगदी जवळ उभे राहून पाहिले तरी आतले काहीही दिसत नसे. या अंधाराच्या जोडीला ओल होती. खालची भुई, भिंती सगळ्या ओल्याकच्च्या दिसत. त्यातून नळाचे पाणी नेता-आणताना तिथे सारखे सांडत असे. त्यामुळे भुईवर नेहमी रबडा झालेला दिसे.

वरच्या बाजूला खांडे आणि किलचणे होती. ही किलचणे काडकन मोडून खाली

पडत आणि त्यापाठोपाठ बरीच पेंड ढासळत असे. वर मुले नाचू लागली की खाली माती पडत राही. हे सगळे डोळ्यांना दिसत असे असे नव्हे, पण आवाजावरून त्याची खात्री पटत असे. दाराच्या तोंडाशी नुसते डोकावले तरी या गोष्टी कळत. शिवाय चिलटे घोंघावताना दिसत. नाना प्रकारचे बारीक बारीक किडे इकडून तिकडे फिरताना आढळत आणि त्या खोलीच्या त्या दिसणाऱ्या भागाचाही अदमास येत असे.

माझी अभ्यासाची जागा त्या खोलीसमोरच होती. त्यामुळे माझे लक्ष नेहमी तिकडे जाई. काही उद्योग नसला की मी उगीच तिकडे पाहत बसे. आतल्या अंधाराविषयी नाना कल्पना करी. काहीतरी गमतीचे विचार मनात येत. त्यांचा चाळा करीत वेळ घालवी.

अशा या अडगळीच्या खोलीत काही वेळा बदल झालेला आम्हाला दिसे.

रिकामी असणारी – निदान तशी दिसणारी – ही खोली कधीकधी सामानासुमानाने भरून जाई. शेतातला माल आला की तात्पुरता त्याचा ढीग या खोलीत लावला जाई. अशा वेळी पोती एकावर एक चढविली जात. मकेच्या कणसांचे झुपके वर आढ्याला टांगलेले आढळत. जुनाट खुंट्यांवरनं सायकलच्या रबरी धावा, गाड्यांच्या लोखंडी चकाऱ्या खाली लोंबताना दिसत. लाकूडफाटा, कोळशाची पोती, सरकी-पेंडीचा ढीग, फुटक्या फरशा, घडीव दगडांचे चिरे यांचे ढीगही तिथे रिचविले जात. इतक्या या सामानाला आत जागा तरी असे कशी? अंधारात हे सामान लावले तरी जात असेल कसे? ही खोली मोठी आहे तरी केवढी?... बसल्या बसल्या सहज माझ्या मनात असे प्रश्न येत. पण त्यांची उत्तरे मी कधीच शोधली नाहीत. नाही तरी इतके महत्त्व त्याला काय होते? बोलूनचालून ती अडगळीचीच खोली होती. तिच्यात असलेच सामान असणार आणि ते कसेही ठेवले म्हणून तरी काय झाले? अडगळीची विशेष काळजी कशाला घ्यायची असते?

एक गोष्ट मात्र खरी. तशा त्या अंधारात ही आमची शेजारची मंडळी बिनधोक वावरताना दिसत. एवढा गडद अंधार. पण धान्यधुन्य, कोळसा, सरपण असल्या वस्तू त्यांच्या हाताला बिनचूक लागत. फार तर एखाद्या वेळी बारीकशी चिमणी इकडून तिकडे नेलेली दिसे. मग त्यांना कसे दिसत होते कोण जाणे.

एकदा आईने शेजारणीला त्याबद्दल हटकले तेव्हा ती थोडेसे थट्टेने, थोडेसे ठसक्यात म्हणाली,

''आमचे डोळे मांजराचे आहेत.''

आणि तरातरा कळशी घेऊन वर निघून गेली.

त्यानंतर पुन्हा त्या खोलीबद्दल आम्ही कुणी त्यांना विचारले नाही.

पुढे एकदा त्या मंडळींनी रानातून वासरू आणून घटकाभर त्या खोलीत बांधले. ते त्यांनी घरी का आणले होते कुणास ठाऊक. कदाचित गायबीय विकायची असेल

आणि बाजारात वासरू कुठे उभे करा, म्हणूनही ते त्यांनी घरी आणले असेल. ते काही का असेना, आणले आणि या खोलीत नळालगत बांधून टाकले. पण काय झाले असेल ते असो, ते काही तिथे राहीना. टणाटण उड्या मारून ते दाव्याला हिसके घ्यायला लागले. सारखे हंबरू लागले आणि गळ्याशी दावे ओढून घेऊन विनाकारण घाबरे होऊ लागले.

त्याने बराच वेळ असा दंगा केला तेव्हा आमचे लक्ष तिकडे गेले.

अंगणात येऊन मी ओरडून वर सांगितले,

''अहो, ते वासरू ओरडतंय मघापासनं. दावं तोडील एखाद्या वेळेस.''

आमचा शेजारी वर गच्चीत येऊन उभा राहिला. पहिल्यांदा बिडी फुंकून त्याने धूर काढला. मग पेटती बिडी तशीच खाली अंगणात टाकून त्याने विचारले,

''काय झालं त्याला?''

''आता काय झालंय ते मला तरी काय माहीत? खाली येऊन बघा.''

खाली येऊन त्याने नाना प्रकार केले. त्या वासराची पोळी खाजवली, खायला समोर टाकले, अंगावरनं हात फिरविला. पण तरी ते राहीना.

शेवटी मला उगीचच वाटले. म्हटले,

''त्याला बाहेर बांधून बघा बरं अंगणात.''

''कशाला? उगीच घाण करील अंगणात.''

''करू द्या केली तर. बांधा.''

दावे सोडले आणि अंगणातल्या कडीला बांधले. आणि काय आश्चर्य! ते वासरू हंबरायचे, उड्या मारायचे थांबले. अगदी गप्प उभे राहिले.

''बघा राहिलं की नाही! आतल्या अंधाराला अन् ओलीला दबकलं असेल.'' त्यावर मी सहज म्हणालो.

''असेलही बुवा!''

असं म्हणून आमच्या शेजाऱ्यानं अंगणात उभे राहून आणखी एकदा बिडी ओढली आणि तो वर निघून गेला. मी एकदा त्या खोलीकडे आणि एकदा त्या वासराकडे टकामका पाहिले आणि माझ्या कामाला लागलो.

यानंतर आणखी काही दिवस गेले. मध्ये काही विशेष घडले नाही.

एके दिवशी एकदम अंगणात साप निघाला.

दुपारची निवांत वेळ. जेवणीखाणी आटोपून आणि उष्टीखरकटी काढून बायका नुकत्याच कोठे लवंडल्या होत्या. सगळीकडे कसे शांत होते. अंगणात मोलकरीण भांडी घाशीत बसली होती. त्या घासण्याचा आवाज येई तेवढाच. अंगावर पांघरूण ओढून मी डोळे मिटण्याच्या बेतात होतो.

तेवढ्यात आमची मोलकरीण मोठ्यांदा ओरडली.

आमच्या झोपा चटकन उडाल्या. भरभरा अंगणात येऊन मी विचारले,

"का गं काशी, काय झालं?"

काशी घाबरून उभी होती. तिला काही बोलता आलं नाही; पण कापत तिने हात केला. त्या हाताच्या दिशेने मी पाहिले.

बघितले तो एक साप अंगणातल्या भिंतीच्या कडेने पुढे पुढे सरकत होता!

साप होता लहानसाच. फार मोठा नव्हता. म्हणून मी धाकट्या भावाला म्हटले,

"जा, काठी आण आतनं झटकन. चेचून टाकू."

धाकटा भाऊ त्याप्रमाणे आत गेला. पण कुणी तरी म्हणाले,

"कशाला मारताय उगीच! धरून बाहेर सोडून देऊ."

मी म्हणालो, "वा! पण धरायचा कुणी? मी काही साप धरणारा महाराज नाही."

"तुम्ही नाही हो –"

असे म्हणून सांगणाराने खुलासा केला की, समोरच्या दुकानात शिंपी राहतो त्याला बोलावून आणावे. एक रुपया घेऊन तो साप धरतो.

मी होय-नाही म्हणायच्या आधी कुणीतरी जाऊन त्या माणसाला बोलावून आणलेदेखील. त्याने झपकन हाताची पकड टाकली आणि मोठ्या सफाईने सापाला मुठीत धरले. एक रुपया मिळाल्यावर मनगटाला पिरगाळे घालणारे ते जनावर घेऊन तो पाच मिनिटात निघून गेलासुद्धा.

मग उगीचच जमलेली माणसे पांगली आणि आम्ही घरचे लोक तेवढे राहिलो. सापाविषयी काहीतरी बोलत अंगणात उभे राहिलो.

काशी पुन्हा भांडी घासता घासता हलक्या आवाजात मला म्हणाली,

"तुमी कशापायी दिला रुपया?"

मी आश्चर्याने विचारले,

"का गं?"

शेजारच्या दिशेला तिने बोट दाखविले.

"ह्येंच्याकडनं घेयाचा का न्हायी!"

"पण कशासाठी?"

"अवं, त्या खोलीतनंच त्यो सर्प भाईर अंगणात आला हुता न्हवं का. म्या बगितलं हुतं. त्येंची अडगळ अन् आपल्याला तरास."

"जाऊ दे. कुठं भांडणं करीत बसायची?"

असं म्हणून मी तिला गप्प बसविले. पण मग त्या खोलीविषयी मला काहीतरी चमत्कारिक वाटू लागले. एक प्रकारची दहशतच वाटू लागली. त्या ओलसर अंधाराने भरून गेलेल्या जागेबद्दल पूर्वी मला केवळ गमतीचे कुतूहल वाटत असे.

साधे कुतूहल, एखाद्या गूढ, रहस्यमय कादंबरीतले अंधाऱ्या तळघराचे वर्णन वाचताना जे काही कुतूहल वाटते, ते या खोलीकडे पाहताना मला वाटत असे. काहीतरी अद्भुत, गमतीदार असे आत दडलेले आहे. आणि ते आपण आत जाऊन शोधावे, असे काहीतरी त्या वेळी मनात येत असे. न जाणो, एखाद्या वेळेस चमचमणारे सोन्याचे केस खांद्यावर रुळविणारी एखादी सुंदर राजकन्या तिथे कोंडून ठेवलेली असेल, नि:शस्त्र स्थितीत दुर्गात प्रवेश करणारा एखादा बलशाली वीरपुरुष तिथे बंदिवान होऊन पडलेला असेल. या सगळ्यांची गाठभेट त्या रहस्यमय अंधारात होईल असे परीकथेतले भाव उगीच गंमत म्हणून माझ्या मनात येत असत. त्या विचारात साप, विंचूकाटा यांना कोठेही जागा नव्हती. त्यामुळे त्या खोलीतून एक साप बाहेर आला हे ऐकल्यावर माझ्या सगळ्या गमतीच्या कल्पना लोपल्या. माझे हे क्षणिक परंतु मोलाचे सुख हरपून गेले. अगदी रुक्ष, व्यापारी दृष्टीने मी तिकडे पाहू लागलो. ती एक अडगळीची खोली आहे, तिच्यात निरुपयोगी टाकाऊ सामान ठेवतात, किंबहुना त्यासाठीच ती असते, हे माझ्या लक्षात येऊ लागले आणि मग तो विषय मी विसरून गेलो.

कुठल्यातरी कामाला म्हणून मी परगावला गेलो होतो. चांगला चार-आठ दिवसांनी परत आलो. आलो त्या वेळी संध्याकाळ उलटली होती. अंधार चांगलाच पडला होता. रस्त्यावरचे दिवे झगमगत होते आणि घरी सांजवाती लागल्या होत्या.

दमून आलो होतो. शिवाय भूकही सपाटून लागली होती. म्हणून मी आईला म्हटले,

"आधी जेवायला वाढ मला. भूक अशी लागलीय!"

आईने ताट वाढले. पाटावर बसून मी भाकरीचा तुकडा मोडू लागलो.

आई शेजारीच भुईवर बसून राहिली होती. माझे निम्मे जेवण आटोपल्यावर हळू आवाजात ती म्हणाली,

"आपल्या शेजारचा प्रकार तुला कळला का?"

तोंड भरलेले होते म्हणून मी नुसते प्रश्नार्थक दृष्टीने तिच्याकडे पाहिले.

"त्यांची म्हातारी मेली की परवाच्या दिवशी."

म्हातारी?... मला आश्चर्य वाटले. त्यांच्या बिऱ्हाडात कुणी म्हातारी असल्याचे मला ठाऊक नव्हते.

"कुठली म्हातारी? मी तर कधी बघितली नाही."

"होती."

"अगं, पण सहा महिने झाले आपल्याला इथं येऊन. हिंडताना-फिरताना चुकून कशी कधी दिसली नाही?"

"हिंडतफिरत नव्हतीच."

“मग?”

“पडूनच होती म्हणे अंथरुणावर सारखी. हलता येत नव्हतं, चालता येत नव्हतं. दहा वर्षं अश्शी पडली होती म्हणे. आबदली-आबदली अन् परवा मेली. सुटली बिचारी.”

अंगावर काटा आला. हलता येत नाही, बोलता येत नाही. दहा वर्षं अशा स्थितीत अंथरुणावर पडून राहायचे? मरणाची वाट बघत पडून राहायचे? छे:! हे फार भयंकर होते.

माझ्या मनात नाना विचार आले. त्यांनी तिला औषधपाणी बरोबर दिले की नाही? तिला कसला आजार झाला होता? निदान तिचे शेवटचे दिवस सुखात गेले ना?

थोडा वेळ थांबलो. नंतर काहीतरी आठवण होऊन मी एकदम विचारले,

“पण तू गेली होतीस त्यांच्या बिऱ्हाडी मागं चारदोनदा. मग काहीच कसं बोलली नाहीस तिच्याबद्दल?”

हाताचा मुटका गालाला टेकवून आई म्हणाली,

“त्या वेळी बाबा, मला कुठं माहीत होतं, त्यांच्या घरात हे माणूस आहे म्हणून.”

“म्हणजे?”

“अरे, म्हातारीचं प्रेत बाहेर काढलं तेव्हाच आम्हाला कळलं, की ती घरात होती म्हणून.”

माझे जेवण तसेच राहिले. तटस्थ होऊन मी विचारले,

“म्हणजे? मग म्हातारी होती तरी कुठं?”

सावकाशपणे एकेक शब्द उच्चारीत आईने सांगितले,

“पाच-सात वर्षं झाली. या अडगळीच्या खोलीतच तिला टाकलं होतं म्हणे.”

हे ऐकले. मस्तक कसे सुन्न झाले. त्या खोलीतला अंधार एकाएकी डोळ्यांपुढे पसरला आणि तरीही, इतके दिवस दाट अंधाराने भरलेली ती जागा दृष्टीसमोर कशी स्वच्छ उभी राहिली.

□

# वाटमारी

डोंगरगावाहून पाचल्याला येणारा रस्ता मध्ये अगदी निर्जन आहे. आसपास वस्ती नाही की वाडी नाही. मध्येच जो ओढा आहे त्याला 'चिंचेचा ओढा' म्हणतात. कारण ओढ्याला लागून दोन्ही अंगांना चार-पाच चांगली मोठी चिंचेची झाडे आहेत. तिथे तर चार-पाच कोसात माणूस-काणूस कुणी नसते. ओढ्याला लागून झाड-झाडोऱ्यांचे गचपान आहे आणि उताराने तिथे मोठी वरंगळ पडली आहे. त्यामुळे ती जागा फार एकटी एकटी वाटते. या रस्त्याने दिवसा काहीतरी रहदारी असते; पण रात्रीला ती अगदी बंद होते. एक तर रात्रीच्या वेळी या रस्त्याला सहसा सोबत आढळत नाही. आणि दुसरे म्हणजे या ओढ्यात सदासर्वकाळ चालणारी वाटमारी. लपायला, अडवायला आणि पळून जायला ही जागा अगदी सोयीस्कर. त्यामुळे तिथे वाटमारी चालत असेल, हे नव्या माणसालाही एकदम खरे वाटते. कुणाचे गाठोडे लांबविले, कुणाला बेदम चोप दिला, कुणाचे दागिने लुबाडले, अशा बातम्या मधूनमधून कानावर यायच्याच. क्वचित खूनही झाल्याचा बोभाटा होई. त्यामुळे रात्रीच्या वेळी या वाटेने जायला एकटा-दुकटा माणूस तर भ्यायचाच, पण गाड्यांनी जाणारी माणसेही दचकायची. रात्रीला डोंगरगावाला मुक्काम करावा आणि फटफटायला पाचल्याकडे निघावे असा क्रम सर्वांचा असे. त्यातून कुणी चुकून किंवा नसत्या घट्टपणाने रात्रीला त्या रस्त्याने गेलाच तर बहुधा काही गेल्या स्थितीत पुढे पोचत नसे. मार खाऊन रक्तबंबाळ होऊन, आहे-नाही ते गमावून पुढच्या गावाला तो पोचायचा. पुन्हा कधी या वाटेने यायचा नाही.

या रस्त्याचा आणि मधल्या ओढ्याचा लौकिक गेल्या कित्येक वर्षांपासून अशा प्रकारचा होता –

रात्री आठ-नऊची वेळ. अंधार काळामिट्ट पडला होता. इतका की हवेलाच कुणी काजळ लावले आहे की काय, असे वाटावे. त्यातून आभाळ निघाले होते. उगवतीपासून मावळतीपर्यंत काळ्या ढगांनी एकसंध फळी धरली होती. त्यामुळे

दोन हातावरचेसुद्धा दिसत नव्हते. डोळे असून आंधळा बनविणारा तो अंधार होता. अंधाराचा काळा समुद्र अथांग पसरला होता आणि सगळीकडे तितकीच अथांग शांतता होती. मधूनमधून पावसाचा एखादा थेंब खाली उतरत होता. जमीन ओलसर झाली होती. किर्रर आवाजात रात्र कुरकुरत होती. वाऱ्याच्या सळसळीने झाडांच्या फांद्या झोके खात होत्या. तेवढाच काय तो आवाज; पण त्या आवाजानेच शांततेची भीती वाटत होती.

ओढ्याची जागा आणि ती खोलगट वरंगळ दाट काळ्या अंधारात बुडून गेली होती. आभाळाकडे पाहूनच झाडे कळत होती आणि झाडावरूनच रस्ता वाटत होता. अर्थात हे सगळे पायाखाली वाट असणाऱ्याला. नवीन माणसाला ते सगळेच सारखे होते.

ऐन ओढ्याकाठच्या चिंचेखाली सात-आठ माणसे निवांत रेलली होती. त्यात बैजा फासेपारधी होता, बाबू रामोशी होता, गेन्या महार होता आणि इतर कुणी कुणी होते. कुऱ्हाडी, फरशा, दंड आसपास दिसत होते. कुणी भिंताडासारख्या छातीचे होते, तर कुणी चिपाडासारखे काटकुळे होते; पण तरीही सगळे उग्र होते, तामसी दिसत होते. दुसऱ्याचे बोलणे ऐकून न घेणारा तांबडपणा त्यांच्या डोळ्यांत होता. पण तरीही त्यांची एकमेकांशी चांगली समजूत होती.

बैजा पारधी त्या ओल्या भुईवरच आडवा होऊन पेंगत होता. त्याचे मुंडासे तोंडावर आले होते. आपण झोपलो नाही हे सांगण्यासाठी मध्येच तो काहीतरी बोले आणि पुन्हा थोडी डुलकी घेई. त्याच्या पोटात भुकेने आग पाखडली होती. गेल्या चार-दोन दिवसांत त्याला पोटभर भाकरी मिळाली नव्हती. बाकीच्यांचीही थोडीफार तीच स्थिती होती; पण त्यातल्या त्यात बैजा भुकेला फार कवळा होता.

बाकीचे कुणी गुडघ्याला मिठी मारून गपचिप होते. उगीच इकडेतिकडे बघत होते. कुणी हळूच दुसऱ्याला न कळेल अशा बेताने खिशातली तंबाखूची चिमूट तोंडात सोडीत होते. एकदोघे इकडे तिकडे बोलत होते. भुकेने तर सगळेच कळवळलेले. गेल्या महिन्या-तीनवारात ते वाटमारीला या रस्त्याला आले नव्हते. धंदा अगदी बंद. मग त्यांचे कसे चालावे?

ईश्वरा घडीभर गप्प राहिला. मग त्याला कंटाळा आला. काळ्याकुट्ट अंधारात तासन् तास बसायची त्याला सवय झाली होती; पण तरी तो कंटाळला. बाजूला पिच्‌दिशी थुंकून तो म्हणाला,

"लेका बैजा –"

पेंगलेल्या बैजाने डोळे उघडले. म्हणाला,

"का रं?"

"आज तरी नाईक येनार हाय न्हवं?"

"तर! मला सोता म्हनला येतू म्हून. आन् एकदा बोलल्यावर त्यो चुकायचा न्हाई."

कोरड्या ओठांवरून जीभ फिरवून ईश्वरा म्हणाला,

"ते खरं – पर – सध्या टकुरं नाही ठिकानावर त्येचं. आला म्हंजी बरं, न्हाईतर आजबी रिकाम्या हातानंच जायाचं करावं लागंल."

ईश्वराची तक्रार खरी होती. गेल्या सबंध महिन्यात त्यांचा म्होरक्या कामात लक्ष घालीत नव्हता. घरी त्याचे पोर तापाने फणफणले होते. नवसासायासाने झालेले एकुलते एक पोर. ते जगते का मरते अशी स्थिती झाल्यावर नाईकाचे लक्ष इकडे राहिले नाही, यात काही नवल नव्हते. त्यामुळे बाकीचे सगळेच बसून राहिले होते. पदरमोड करून त्यांनी खाल्ले होते. जे शिल्लक होते ते आठ-पंधरा दिवस कसेबसे पुरले. आता या शेवटच्या चार दिवसांत तर अक्षरश: फाके पडले होते. त्यामुळे सगळेच हाडाडले होते.

बैजा म्हणाला,

"झालं. संपलं सगळं ते. पोरगं कालच गेलं त्येचं. आता काय बेडी ऱ्हायली न्हाई त्याला. यील म्हनल्यावर यील त्यो."

"व्हय." भैरू म्हणाला, "लई टायमाला येतो त्यो. घड्याळासारखा येतो."

शिदा महार या मंडळीत नवीनच दाखल झाला होता. लहानसहान चोऱ्या, उचलेगिरी या गोष्टी त्याने बक्कळ केल्या होत्या. पण अजून वाटमारीत त्याने भाग घेतला नव्हता. भैरूचे बोलणे ऐकून त्याला आश्चर्य वाटले. म्हणाला, "आसं?"

"आसं म्हून काय इचारतोस?" भैरू म्हणाला. मग त्याने हात पाठीवर नेऊन पाठ कराकरा खाजवीत सांगितले, "लई कडक जात. आपुन बी कडक आन् दुसऱ्याला बी कडक वागाय लावतुया."

मग एकेकाला कंठ फुटला. गेन्या महार त्यातल्या त्यात पुढे सरकून म्हणाला,

"आन् घट्टबी तसलाच हाय. मागं, दोन वर्सामागं त्यो साहेब चालला व्हता दोन घोड्यांच्या गाडीतनं. तुला आठवतं का न्हायी बैजा?"

"न आठवायला काय झालं? आजून त्यो साहेब डोळ्याम्होरं हाय माज्या. डिस्पी का कोन हुता त्योच ना?"

"त्योच. दोन घोड्याच्या गाडीतनं चालला हुता. काय म्हणत्येत बरं त्येला – बायली, अगदी व्हटावर नाव हाय बघा त्येचं." गेन्या डोळे आत नेऊन आठवू लागला. थोडासा 'ऊं...' करीत थांबला. "हां – तरी म्हनलं आटवना कसं नाव?– भिरकं – भिरक्यातनं चालला हुता. आन् आडिवलं की त्ये भिरकं हितं आमी. या वड्यातच. पन जवा त्येनं बंदूक काढलिया आन् वराडलाया, 'म्होरं याल तर गोळी घालीन एकेकाला –' तवामातुर हादुरलो. मुकाट वड्याला पळालू. पर नाईक

हालला न्हाई. म्हनाला, 'घालच गोळी तू. बघतू मी. खऱ्या आईबापाचा हायेस का वड्यावगळीचा हायेस ते. पर ध्येनात ठीव. मला गोळी घातल्यावर जित्ता ऱ्हायाचा न्हाईस तू. तुकडं व्हतील तुजे. नीट इचार करून बंदूक उचल.''

''मग?''

''मग काय? उचललेली बंदूक साहेबानं खाली टाकली. नाईकाची बाडी बघूनच गार झाला. म्हनाला, बाबा, पाया पडतू. तुला काय घेयाचं आसंल त्ये घे. पर सोड.''

''मग?''

''मग नायकानं गाडीतलं समदं आमाला दिलं. आन् आपन निस्ती बंदूक उचलली. म्हनला – जावा आता.''

''म्हंजी आता हातात असती ती बंदूक?''

''तीच.''

थोडा वेळ कुणीच काही बोलले नाही. नायकाचा घट्टपणा सगळ्यांनाच मान्य होता. त्याची हुशारी, त्याचा बेडरपणा दुसऱ्या कुणापाशी नव्हता. बाकीचे सगळे अंधारात घाव घालणारे होते... म्हणून तर तो नाईक होता. सावज अचूक कसे टिपावे, आला वेडावाकडा प्रसंग तर कसे निभावून न्यावे, हे त्याच्याइतके दुसऱ्या कुणाला कळत होते? तोच नाही तर आपण कसे जायचे?... त्याच्या एकट्याच्या जिवावर धंदा होता. बाकीचे आपले खुळे गोप होते. गोवर्धनला आपल्या काठीचा आधार देणारे. खरा भार परशुराम नाईकानेच उचलला होता.

मग ईश्वरा म्हणाला,

''लई क्रूर जात बाकी. कुण्णाला भेत न्हाई. कुणाला मोकळं सोडत न्हाई. मागं तमाशाचा ताफा गेला हितनं. त्यात नाचणाऱ्या बाया होत्या एक-दोन. आडिवलं तर लागल्या नखरं करायला. पर काय न्हाई. दोन टिंबं ठिवून दिलं नायकानं. मग आल्या सुतासारख्या सरळ. मुकाट काढून दिलं समदं. लई ठोकलं बायास्नी.''

नाईकाच्या या गोष्टी ऐकून शिदाला त्याच्याबद्दल आदर वाटू लागला, भीती वाटू लागली. आपण त्याच्या टोळीत आहोत याबद्दल त्याला समाधान वाटू लागलं. तो उत्सुकतेनं म्हणाला,

''अजून कसं काय आलं न्हायती नाईक?''

बैजा त्याला काहीतरी उत्तर देणार होता; पण तेवढ्यात ओढ्याच्या काठाने दणकट पावलांचा आवाज ऐकू येऊ लागला. तो आवाज चांगला ओळखीचा होता. तो आला तसे सगळे सावरून बसले. हातातली हत्यारे त्यांनी नीट धरली. एक-दोघे उठले आणि ओढ्यापर्यंत गेले.

आता रात्र चांगलीच झाली होती. आभाळ जास्तच भरून आले होते. आणि

त्यामुळे मघाच्या अंधारावर आणखी एक हात दिल्यासारखा वाटत होता; पण तसल्या अंधारातही परशा नाईक एखादा डोंगर चालत यावा, तसा धिम्मेपणाने चालत आलेला सर्वांना दिसला. हातातली बंदूक खेळण्यासारखी फिरवीत तो झाडाकडे आला. बंदूक झाडाला टेकविली. उभा राहिला. तेवढ्यात बाकीच्यांनी सरकून मध्ये बसायला जागा केली.

मग तो खाली बसला. थोडा वेळ गप्प राहिला. थोड्या वेळाने म्हणाला,

"बैजा, ईश्वरा, आले का समदे?"

सगळ्यांनी आपापली ओळखीची खूण केली.

"आन् त्यो नवा? काय त्येचं नाव?"

"शिदा."

"शिदा. आलाय का त्यो?"

"आलाय."

एवढे झाल्यावर नाईक पुन्हा गप्प राहिला. बोलला नाही.

ते बघितल्यावर ईश्वरा उतावळीने म्हणाला,

"नाईक, आज महिना झाला. काय मिळकत न्हाई का काय न्हाई, आमी काय करावं? पोटाला काय घालावं?"

ईश्वराचा आवाज बिथरल्यासारखा येत होता. ते बघून नाईक थोडा चमकला. एरवी कुणी असे बोलले असते, तर त्याने ऐकूनही घेतले नसते. आधी मुस्कटात भडकावली असती. मग खुलासा विचारला असता; पण आज तो गप्प राहिला. चुकी आपल्याकडे आहे हे तो जाणून होता.

जड आवाजात तो म्हणाला,

"गड्यांनो, माझ्याकडं चुकी हाय. गेला महिनाभर मी भायेर पडलो न्हाई – पन आता त्येचं काय?– झालं. संपलं समदं. ख्योळ खलास झाला!"

ईश्वरा थोडा शरमला. म्हणाला,

"नाईक, आमी तरी काय करावं सांगा? चार दीस झालं. कोर-दीडकोर भाकरी वक्ताला मिळाली आसंल नसंल, म्हून बोललो. म्या काय? समद्यांच्या मनातलंच बोललू. का रं?"

ईश्वराच्या बोलण्याला कुणी होयही म्हणाले नाही आणि नाहीही म्हणाले नाही. सगळे गप्प राहिले. पण त्याचा अर्थ नाईक उमजला. म्हणाला,

"जाऊ द्या. आता काय त्येचं? आज त्यासाठी तर आलो. बैजानं सांगितलं, लग्गा हाय. म्हून आलो. आज जे साधंल ते तुमचं."

नाईकाच्या बोलण्याने सगळ्यांच्या मनातल्या शंका गेल्या. तो एकदा बोलला म्हणजे शेवटपर्यंत घट्ट राहील याची सगळ्यांना खात्री होती. त्याचा शब्द कधी

फिरलेला कुणी पाहिला नव्हता, ऐकला नव्हता.

मग नेहमीचे उद्योग सुरू झाले.

बैजा गडबडीने म्हणाला,

"गावातनं सांजच्या वक्ताला गाड्या सुटल्याती. म्या मघाच सांगटलंया. वेळ झालीच त्येंची. घंटाभरात हितं येत्याली."

"किती गाड्या हायेत म्हनलास?"

"दोन-तीन तर दिसल्या माळावरनं."

"खात्रीनं?"

"आगदी. या बैजाची नजर कधी चुकलिया व्हय?"

"कसल्या व्हत्या? साद्या?"

"न्हाई. तट्टयाच्या व्हत्या."

"म्हंजी बायामानसं आसनार!"

"असत्याली."

"ठीक. चला आटपा. व्हा हुश्शार. जागंला चला आपापल्या."

नाईकाची ही आज्ञा ऐकल्याबरोबर दोघे-तिघे उठले आणि ओढ्यात नाहीसे झाले. दोघे-तिघे झाडाआड गेले. काही झाडावर चढले. एका मिनिटात तिथली गडबड संपली आणि रस्त्यावर नाईक आणि बैजा यांच्याशिवाय तिथे कुणी राहिले नाही. पुन्हा किर्रर शांतता ऐकू येऊ लागली. एका क्षणापूर्वी तिथे आठ-दहा माणसे होती हे कुणालाही खरे वाटले नसते, इतकी गाढ शांतता पसरली.

आपण दोघेच राहिलो हे बघितल्यावर बैजा म्हणाला,

"नाईक, तुमचा पायच शकुनी."

हातातली बंदूक खेळवीत नाईक हसून म्हणाला,

"ते कसं काय?"

"आज तुमी येतू म्हनायला आन् गाड्या यायला एक गाठ हाय."

"आसं व्हय?"

"तर! अवं, आज आठ दीस झालं. घरात दाणा न्हाई; हिकडचं आन, तिकडचं आन करून भागिवलं. पर कालपासनं तर एकादशीच हाय बगा."

"खरं?"

"आता लबाड बोलतुया काय? माजंच न्हवं, समद्यांचंच तसं हाय. ईश्वरा तर कसं बोलला उलटं बगीतलं न्हाई का तुमी? म्या म्हनलं, फुटतो काय गडी आपल्यातनं."

हे ऐकल्यावर नाईक करड्या आवाजात म्हणाला,

"असू दे. तू काय काळजी करू नगंस. आज जे मिळंल ते तुमाला. मग हाय?"

नाईकाने हे आश्वासन पुन्हा दिल्यावर बैजा खूश झाला. खरे म्हटलं तर एकदा त्याने सांगितल्यावर पुन्हा विचारायची आणि पुन्हा असले आश्वासन घ्यायची काही गरज नव्हती; पण तरीही बैजा भुकेने इतका वंगला होता, की पुन्हा ते विचारणे त्याला आवश्यक वाटले.

रात्र हळूहळू गडद होत होती. अंधाराची पुटेच्या पुटे चढत होती आणि भुकेने व्याकूळ झालेली ही माणसे, शिकारीची वाट पाहत ओढ्यात उभी होती. पोटातली कळ सोसत आशेने थांबली होती.

उंच माळावर उजेडाचा क्षीण ठिपका दिसू लागला. तेव्हा बैजाने ओळखले की गाड्या चढ चढून माळाच्या चढणीवर आल्या. 'म्हणजे अंदाजापेक्षा बऱ्या लवकर आल्या म्हणायच्या. बैल जोराने सुटले असले पाहिजेत. आता पुढे तर काय? ओढ्यापर्यंत पुन्हा उतारच होता. गाड्या आपोआपच झपाट्यानं सुटतील – म्हणजे दहा-पंधरा मिनिटांतच इथं येतील... जवळच आलं म्हनायचं. पुढं पाच मिनिटाचं काम. नायकानं खुणेची शीळ वाजविली की गाड्या वेढायच्या. भराभरा माणसं खाली उतरवायची. कुणी दंगामस्ती केलीच त्यातून तर त्याला बडवायचं, मग पटापटा जे असेल ते बाहेर निघतं. ते उचलायचं आणि ओढ्याच्या काठानं रानात सुटायचं... मग उद्याच्याला....'

बैजा असा विचार करीत थांबला. ओठावरून जीभ फिरवत रस्त्याच्या कडेला जाऊन उभा राहिला. एखाद्या हिंस्र जनावरासारखा टपून राहिला.

आता गाड्यांच्या चाकाची कुरकुर हळूहळू ऐकू येऊ लागली. उतारावरूनसुद्धा गाड्या भरधाव सुटलेल्या दिसत होत्या. कारण बैलाच्या गळ्यातील चंगळ्या जोरजोराने वाजत होत्या. सारख्या वाजत होत्या आणि तो आवाज त्या वेळी अगदी ओढ्यापर्यंत स्वच्छ ऐकू येत होता. उजेडाचा ठिपकाही किंचित स्पष्ट होत चालला होता.

गाड्या जवळजवळ आल्या तसा हा आवाज जास्तच स्पष्ट झाला. एकामागोमाग एक दोन-तीन गाड्या दणदण करीत सुसाट सुटलेल्या होत्या आणि बैल सारखे उधळत होते. त्यांच्या तोंडाला फेस आला होता आणि तरीही गाडीवान सारखा शेपटे पिरगाळीत होता. हवेत काडकन चाबुक फिरवत होता. उतार संपवीत गाड्या ऐन ओढ्यात शिरल्या. त्या दाट अंधारात गाडीपुढच्या कंदिलाखेरीज काही दिसेना. चाकांची कुरकुर आणि चंगाळ्यांची खुळखुळ कर्कश वाटू लागली. गाड्या समोरून भरधाव चाललेल्या ओढ्यांतल्या लोकांनी पाहिल्या. त्यांची शरीरे आता पेकाळली होती. जिभेला कोरड पडली होती. भुकेने दुसरे काही सुचत नव्हते; पण आता फार अवधी नव्हता. चार-दोन मिनिटांत त्यांना हवे ते घडणार होते. पाहिजे ते मिळणार होते.

कुऱ्हाडी हातात सरसावून जो तो हुशार झाला. नाईकाच्या खुणेची वाट पाहत थांबला.

परशा नाईकाने गाड्या येताना पाहिल्या. आता एवढा उतार संपवू द्यावा आणि दमगीर झालेले बैल चढाला लागले म्हणजे आडवे जावे, असा त्याने विचार केला. चढणीला गाड्या आपोआपच दमाने चालतात. अशा वेळी गाडी धरणे सोयीस्कर असते.

पण ओढा संपला आणि गाड्या चढाला लागल्या तरी त्यांचा वेग कमी होईना हे बघून तो हलला. हातातली बंदूक त्याने ताठ धरली आणि एकदम गाडीसमोर झेप घेतली. दोन्ही हातांनी गाडीचे जू मागे रेटले.

त्याबरोबर पुढची गाडी थांबली. मागच्या दोन गाड्याही नाइलाजाने थांबल्या. एकदम थांबल्या. इतक्या एकदम की त्यांचे पुढचे दांडे समोरच्या गाडीत शिरले. आत बसलेल्या लोकांना दणकन लागले. त्यांच्या मांड्या खरचटल्या.

पुढच्या गाडीवानाला एकदम अंधारात काही दिसलेच नाही. गाडी का थांबली ते त्याला कळले नाही. बैल एकाएकी का तटले म्हणून त्याने साठ्याला अडकविलेला कंदील सोडवून घेतला. हाताने वर करून बघितले.

– बघितले तर एखाद्या राक्षसासारखा दांडगा, काळाकिट्ट रंगाचा परशा नाईक समोर उभा. हातात बंदूक.

ते बघितल्यावर घाबरून तो एकदम ओरडला. मग दुसऱ्या क्षणी त्याची बोबडी वळली. त्याला बोलताच आले नाही. त्याच्या हातातला कासरा, चाबूक एकदम निसटला. खाली ओल्या भुईवर पडला.

परशाने गाडीवानाला एका हाताने उचलून रस्त्यावर ठेवले. एखाद्या चुरमुऱ्याचे पोते उचलावे तसे. मग कठोर, घोगऱ्या आवाजात तो म्हणाला,

''गाडीखाली उतरा समदे. काय असेल ते काढा नाहीतर फुका मार खाल.''

पहिल्या गाडीसमोर झालेला हा प्रकार पाठीमागच्या दोन्ही गाड्यांपर्यंत जाऊन पोचला. मग तिथे एकच कालवा झाला. मधल्या गाडीत बायका होत्या. त्यांनी रडून गोंधळ केला. गाडीत बायामाणसे असली की हा गोंधळ होतच असतो. त्यात काही नवीन नाही. नाईक त्यामुळे मुळीच हलला नाही. पुन्हा ओरडला, ''आवरा लवकर. उतरा खाली. न्हाई तर उचलून टाकीन एकेकाला खाली.''

तिसऱ्या गाडीत सगळे बापईगडी होते. ते गाडीखाली उतरले आणि सरळ परशाच्या अंगावर चवताळून आले. म्हणाले,

''न्हाई आमी देत काही. बघू काय करतोस!''

ते पाच-सात दांडगे गडी एकदम अंगावर आलेले बघून नाईक थोडा मागे हटला. बंदूक पुढे करून उग्रपणाने म्हणाला,

"हटा मागं. खुळं हायेत काय? फुकट दानाला जाल." आणि त्याने खुणेची शीळ वाजवली.

परशाने दाखविलेली बंदूक बघून ते लोक जरा दबकले. थोडे थांबले. शीळ ऐकून किंचित बावरले आणि मग त्यातून सावध झाले, तेव्हा त्यांना कळले की आपण सगळ्या बाजूने घेरले गेलो आहोत. काळेकभिन्न सात-आठ लोक आपल्या कडेने उभे आहेत आणि चहुअंगांनी कुऱ्हाडी, फरशा, काठ्या लवलवत आहेत. जरा हललो तर आपल्या डोस्क्यात त्या बिनदिक्कत बसल्याशिवाय राहणार नाहीत....

ते गपचिप उभे राहिले. कुणी लटलटू लागले. एकजण मवाळ आवाज काढून म्हणाला,

"आमच्याजवळ कायबी न्हायी. का अडिवताया इनाकारनी? सोडा."

ईश्वराचा हात त्याच्यावर झेप टाकायला अगदी वळवळत होता. तो खेकसून म्हणाला,

"ते बघतो आमी. तू नगंस गडबड करू मधी. न्हाई तर घालीन टकुऱ्यातच कुराड."

ईश्वराच्या बाजूलाच भैरू, शिदा, बैजा उभे होते. सगळे अधाशीपणाने या लोकांकडे पाहत होते. नाईकाने सांगायचा फक्त अवकाश, मग हे शिकारी कुत्रे त्या सशांवर झेप घालणार होते. पाच मिनिटांत त्यांना साफ करणार होते. फक्त हुकमाची खोटी होती. त्यांची काळजे तुटत होती. भूक त्यांना खुणावत होती; पण तरीही ते हुकूम ऐकण्यासाठी खोळंबले होते. वेळ विनाकारण वाया चालला होता.

दुसऱ्या गाडीतून रडणे ऐकू येत होते, ते थांबेना, हे बघून बैजा तिकडे गेला. गाडीच्या तट्टयाला दोन्ही बाजूंनी धोतरे बांधली होती. मागचे धोतर खसकन ओढून तो ओरडला,

"का कालवा लावलाया रिकामा? चला, उतरा खाली. न्हाई तर जित्तं सोडीत न्हाई तुमास्नी."

त्याबरोबर त्या गाडीत पुन्हा गोंधळ झाला. बायकांचे रडणे ऐकू येऊ लागले.

त्या बायका रडताहेत, ओरडताहेत, पण खाली उतरत नाहीत हे बघून नाईक चिडला; असल्या गुंतवळ्यात फार वेळ गुंतण्याची त्याची इच्छा नव्हती. सगळ्या गोष्टी कशा झटाझटा झाल्या पाहिजेत. हा काय विनाकारण पागूळ लावलाय या बायकांनी?

नाईक तडाख्याने तिकडे गेला. गाडीमागे जाऊन, पाठीमागचा मुंगा धरून दगडासारख्या आवाजात म्हणाला,

"आता उतरताय का न्हाई? का घालू टकुऱ्यात धोंडा एकेकीच्या?"

त्याबरोबर पुन्हा रडारड झाली. हुंदके ऐकू येऊ लागले. मग एक बाई रडतरडत म्हणाली,

"बाबा, तू कोनबी अस. तुज्या पाया पडते. पर आमाला उतराया लावू नगंस."

'– उतरायला लावू नकोस? का?' नाईकाला समजेना.

गाडीचा कंदील काढून घेऊन त्याने हातात धरला. वर करून बघितले.

आत दोन तरुण बायका. हळदीसारख्या गोऱ्या. नाकेल्या. चांगल्या थोरामोठ्याच्या. रडूनरडून तोंडे लाल झालेल्या. भेदरलेल्या, हुंदके देणाऱ्या, अंगावर ठसठशीत जिन्नस.

आणि दोघींच्या मांडीवर मिळून निजविलेले चार-पाच वर्षांचे मूल. अंगावर पांघरूण, पदराखाली झाकलेले.

एवढा वेळपर्यंत बाकीच्या माणसांची झडती घेऊन ईश्वरा मोकळा झाला होता. एकेकाला रपाटे लगावून, काठ्यांचे तडाखे देऊन त्याने झडती घेतली. पण कुणाजवळ काही निघाले नाही. एवढा केलेला उद्योग फुकट गेला.

निराश होऊन तो नाईक होता तिकडे आला. कंदिलाच्या उजेडात त्याला या बायकांच्या अंगावरच्या चार-दोन जिनसा दिसल्या. त्याबरोबर तो हरखला. आहे, काही तरी मिळण्यासारखे आहे. अगदीच फुकट जात नाही ही खेप.

या विचाराने तो ओरडून म्हणाला,

"नाईक, आटपा. निम्मी रात हुईल आता. लई टाईम घालिवला या बायांनी. वढा त्यांना खाली. घ्या हिसकून."

नाईकाने त्याच्या बोलण्याकडे लक्षच दिले नाही. कंदील तसाच वर ठेवून तो बोलला,

"बाई, हे कोन हाय?"

भेदरलेली, गुदमरलेली, मांडी अवघडलेली ती बाई अडखळत अडखळत म्हणाली,

"माजं लेकरू हाय."

"आन् त्ये निजवलंया कशापायी?"

"लई आजारी हाय. जास्त झालंय. म्हून पाचल्याच्या डॉक्टरकडं चाललो बाबा या रातच्याला. पन आता कशाचा डाक्टर आन् काय?" असं म्हणून डोळ्याला पदर लावून ती हुंदके देऊ लागली! ढसाढसा रडू लागली.

मग दुसरी बाई रडत रडत म्हणाली,

"बाबा, आमचा खोळंबा करू नगंस. तासाभरात पोचलो तिथं, तर हाती लागंल पोरगं. सोड रे सोड. पाया पडते तुज्या."

तशाही उजेडात नाईकाने देशमुखाच्या बायकोला ओळखले. त्या आजारी पोराकडे टक लावून तो म्हणाला,

"ही कोण हाय तुमची?"

"बहीण हाय माजी. तिचाच ह्यो ल्योक. एवढाच दिवा हाय तिच्या पोटाला नवऱ्याच्या पाठीमागं. नवसाचा हाय. सोड बाबा. न्हाय तर धडगत न्हाय पोराची."

आणि मग त्या दोन्ही बायका गहिवरल्या. घसा दाटून येऊन रडू लागल्या. त्या भयाण शांततेत त्यांचा आवाज काहीतरी चमत्कारिक वाटू लागला.

नाईकाने दुसऱ्या बाईकडे टक लावून पाहिले. तिच्या कपाळावर कुंकू नव्हते. ही गोष्ट त्याच्या आत्ता लक्षात आली.

त्याने त्या निजलेल्या पोराकडे पाहिले. त्याचे दोन्ही पाय बाहेर आले होते. एका पायात चांदीचे कडे होते. त्या पायांना त्याने नकळत हात लावला. अगदी नकळत. आपण काय केले, ते त्याला समजलेही नाही. हाताला कढत कढत लागल्यावर तो भानावर आला.

'आपल्या पोराचेही पाय असेच कढत लागत होते. हात लावला की चटका बसायचा – त्याला औषधपाणी मिळालं नाही. असंच एवढंच होतं. एकुलतं एक, नवसानं झालं म्हणून त्याच्या पायात आपण रुप्याचं कडं घातलं होतं. उजवं नाक टोचलं होतं. पण तरी ते जगलं नाही. गेलं. आपण त्याचं पुष्कळ केलं – किती खस्ता खाल्ल्या, किती जपलं – पण काही चाललं नाही. अखेर त्याचं सरलं....'

एका क्षणात नाईकाच्या मनात असे काहीतरी विचार आले. त्याच्या पोटात काहीतरी फिरले. काळीज गलबलले. काय बोलावे ते त्याला समजेना.

ईश्वरा, बैजा जवळ उभे होते. त्यांची सहनशक्ती आता तुटायच्या बेताला आली होती. नाईकाने इतका वेळ का लावला? यापूर्वी त्याने कधी असे केले नव्हते. मग आज ते असे कसे झाले?

आर्जवाच्या सुरात बैजा म्हणाला,

"नाईक, आटपा आता. लई येळ झाला. आता आपुन निघाय होवं. उतरवा त्या बायांना आणि घ्या वढून त्येंचं झटक्यानं."

"व्हय नाईक!" ईश्वरा उतरल्या तोंडानं म्हणाला, "तेवढंच हाय घेन्यासारकं. बाकी कुनाजवळ काय न्हाई."

– आणि मग नाईकाची परवानगी मिळालीच आहे अशा थाटाने तो त्या बायकांना उद्देशून म्हणाला, "ए, उतरा खाली. लई झाला नखरा तुमचा!"

त्याबरोबर त्या बायका पुन्हा रडू लागल्या. आपल्या विनवणीचा, रडण्याचा, केविलवाण्या चेहऱ्याचा काही परिणाम झाला नाही, हे त्यांना कळले.

आणि मग त्यांना रडू आवरेना.

नाईकाने आपल्या लोकांकडे टक लावून पाहिले. सगळे कसे कुऱ्हाडी-फरशा घेऊन उभे होते. त्यांच्या डोळ्यांत क्रूरपणा होता. शरीरात भूक वखवखत होती... आणि तरीही ते गप्प होते. त्याच्या हुकमाची वाट पाहत होते... त्यांच्याकडे काय चूक होती? त्यांना काहीतरी मिळायलाच पाहिजे होते. एक महिना झाला. त्यांनी

आपल्यासाठी भूक सोसली होती. दुःखे सहन केली होती. केवळ आपल्या मुलासाठी, आणि आता या वेळी त्यांची मर्जी मोडायची? रिकाम्या हातांनी पाठवायचे? – काय करायचे?....

नाईक क्षणभर थांबला. त्याने मनाचा धडा केला. घसा कोरडा करून म्हणाला,

"बाई, तुमी काय घाबरू नका. तुमी निगा. निदान तुमचं लेकरू तरी बरं हू दे."

आणि अडखळत अडखळतच त्याने आपल्या लोकांना सांगितले,

"हटा बाजूला. जाऊ द्या या लोकांना. अंगाला धका लावू नगा त्यांच्या."

नाईकाचे लोक चकित झाले; पण हटले. त्याच्यापुढे बोलायची त्यांना हिंमत होईना.

गाड्यांतली माणसे पटापट बसली. कासरा, चाबुक वर उचलला गेला. सोडलेले धोतर पुन्हा गुंडाळण्यात आले. गाडीवानांनी बैलांच्या शेपट्या पुन्हा पिरगाळल्या आणि क्षणात गाड्या हलल्या. भरधाव निघाल्या. गाड्यांच्या चाकांचा आवाज कुरूकुरू येऊ लागला. बैलांच्या गळ्यातल्या चंगाळ्या पुन्हा खुळखुळू लागल्या. मिनिट-दोन मिनिटांत गाड्या दृष्टिआड झाल्या. फक्त घुंगरांचा आवाज तेवढा बराच वेळ येत राहिला.

आता निम्मी रात्र झाली होती. अंधार खूपच वाढला होता. किर्रर आवाजाची त्यात भर पडली होती. आणि तरीही उजळल्यासारखे वाटत होते.

□

# एका कुग्रामातील विजयस्तंभ

उज्जयिनीच्या पूर्वेस सुमारे पंधरा-वीस कोसांवर एक कुग्राम आहे. त्या ठिकाणी एक जीर्ण जयस्तंभ अद्यापही ताठ मान करून उभा आहे. आसपास आता वस्ती नाही. सगळीकडे विध्वंस आणि विनाश यांचे साम्राज्य आहे. या निर्मनुष्य गावाची तटबंदी आता पूर्णपणे ढासळली आहे. घरे पडली आहेत, वाडे कोसळले आहेत आणि सगळीकडे रानझुडपे आणि उकिरडे माजले आहेत. तेथे दिवसादेखील कोणी फिरकत नाही. पण दोन सहस्त्रांहून अधिक वर्षे हा जयस्तंभ उन्नत मस्तकाने उभाच आहे. आता त्याचाही रंग उडाला आहे. सर्वांगावर गवत आणि शेवाळ माजले आहे, चिरे ढासळले आहेत. पाहण्यासारखे असे त्याच्यात काय उरले आहे? पण कालपुरुषाने केलेले प्रहार धैर्याने सोशीत तो आपला उभाच आहे!

साध्या चर्मचक्षूंनी तुम्ही पाहाल तर हे दृश्य तुम्हाला असेच दिसेल. पण तुम्ही या जयस्तंभाच्या आणखी निकट गेलात तर त्याच्या पायथ्याशी खोदलेला एक शिलालेख तुमच्या दृष्टीस पडेल. दोन सहस्त्र वर्षांपूर्वीच्या या शिलालेखाचा अर्थ तुम्हाला कळणार नाही. पण जवळच लावलेला फलक तुमच्या दृष्टीत भरेल. तो तुम्ही वाचलात म्हणजे तुम्हाला कळेल की, हेच ते स्थल की ज्या ठिकाणी शेकडो अज्ञात मालववीरांनी आपल्या मायभूमीच्या स्वातंत्र्यासाठी हौतात्म्य पत्करले; शत्रूशी तुंबळ युद्ध करून आपल्या प्राणांचे बलिदान केले; नृशंसक आणि निर्घृण, अत्याचारी आणि अन्यायी यवनांना मारीत मारीत स्वत: मरण पत्करले. तेच हे पवित्र ठिकाण. तीच ही स्फूर्तिदायक भूमी. याच वीरांच्या स्मरणार्थ दोन सहस्त्र वर्षांपूर्वी हा जयस्तंभ उभारला गेला.

हा रोमहर्षक इतिहास जेव्हा कळेल तेव्हा तुम्ही काही निराळ्याच दृष्टीने त्या जीर्ण वास्तूकडे पाहू लागाल. तुमचे हृदय भरून येईल. तुम्हाला असे वाटेल की, येथील दगडादगडात रोमहर्षक इतिहास भरलेला आहे. या जयस्तंभाचा चिरान् चिरा आपल्याशी बोलतो आहे. इथली तांबडी माती काही निराळीच गोष्ट सुचवत आहे.

इथले वृक्ष, इथले वाडे – फार काय, इथला वारादेखील आपल्या कानात तो स्फूर्तिप्रद इतिहास कुजबुजत आहे. मग तुमचे हृदय काही एका अनिर्वचनीय भावनेने उचंबळून येईल. तुमचे बाहू स्फुरण पावतील. तुमच्या डोळ्यांत एकाएकी तेज प्रकटेल. तुमची छाती अभिमानाने भरून जाईल आणि त्या वीरांना मनोमन वंदन करण्यासाठी तुमचे ताठ मस्तक आपोआप नम्र होईल. सहस्त्रावधी वर्षांपूर्वीचा तो प्रचंड संगर तुमच्या डोळ्यासमोर उभा राहील. एखाद्या चित्रपटाप्रमाणे हळूहळू सरकू लागेल.

ज्या काळची ही गोष्ट आम्ही सांगत आहोत, त्या वेळी उज्जयनीमध्ये महामंडलेश्वर चंडप्रतापी सम्राट भानुगुप्त राज्य करीत होता. या मालवाधिपतीचे राज्य दूरवर पसरलेले असून मोठे समृद्ध होते. सम्राट, अमात्य, मंत्री, इतर सर्व अधिकारी आणि धनिक लोक हे सर्व प्रजानन सुखात होते. मुख्य अमात्य माधवगुप्त हा मोठा गृध्रदृष्टीचा पुरुष होता. तो मोठा राजनीतिज्ञ, कुटिल आणि बुद्धिमान पुरुष असून त्याच्या गुप्तचरांचे जाळे राज्यात सर्वत्र पसरले होते. एकांतवासात पती आणि पत्नी यांच्यातही जी काही संभाषणे चालतात, तीही या अमात्याच्या कानावर जातात, असा त्याचा लौकिक होता. अशा या वैभवसंपन्न राज्याकडे सातासमुद्रापलीकडच्या यवन लोकांची पापी दृष्टी वळली आहे आणि लौकरच त्यांचे मोठे आक्रमण होणार आहे, अशी वदंता नुकतीच सर्वत्र पसरली होती. त्यामुळे राज्यात चिंतेचे वातावरण होते. अमात्याने आपले चतुरंग दल नेहमीच सिद्ध ठेवले होते. राज्यात कोठेही यवनाचा प्रवेश झालेला आढळल्यास त्वरित आपल्याला कळवावे, अशी त्याची विशेष आज्ञा निघाली होती. जो कोणी यवनाचा दूत अथवा सैनिक पकडून आणील त्यास शत सुवर्णमुद्रांचे पारितोषिक मिळेल, असेही गावोगाव दवंडी पिटवून प्रकट करण्यात आले होते.

आता आपल्या गोष्टीस प्रारंभ होतो.

संध्याकाळचा समय झाला होता. दिवसभराचा प्रकाश मंद होऊन हळूहळू लोपत होता. अंधाराचे आवरण सगळीकडे पसरू लागले होते. गार वाऱ्याच्या झुळकी मधूनमधून अंगावर येत होत्या. त्यामुळे बरे वाटत होते.

अशा वेळी गावाबाहेरच्या सीमेवरून दोन रक्षक एकमेकांशी गप्पा मारीत इकडेतिकडे हिंडत होते. दोघांच्याही कटिबंधाला खड्ग असून त्यावर डावा हात ठेवून दोघेही चालत होते. मद्यालयात जाऊन दोघांनीही भरपूर मद्य ढोसले होते. त्यामुळे दोघांचेही पाय मधूनमधून नृत्याच्या आविर्भावात फिरत होते. डोळे लालभडक दिसत होते आणि जिभाही सैल सुटल्या होत्या.

चालता चालता एकाएकी डोळे बारीक करून चंडमणीने हिंस्त्र मुद्रा केली. तो म्हणाला,

"रुद्रमणी, आजची दवंडी ऐकलीस ना तू?"

रुद्रमणीने मान डोलावली.

"ऐकली म्हणजे? अरे, पाहिलीसुद्धा. का बरे?"

"काही नाही. माझ्या मनात असे आले आहे की –"

"काय?"

"एक यवन पकडावा –"

"आणि?"

"आणि शंभर सुवर्णनाणी मिळवावीत."

"म्हणजे काय होईल?"

"माझे ऋण एकदम फिटून जाईल. मग काही कटकट नाही शिंची!"

चंडमणीचे हे बोलणे ऐकून रुद्रमणीने त्याच्याकडे तिरस्काराच्या दृष्टीने पाहिले. तो तुच्छतेने म्हणाला,

"हा मूर्खा!"

चंडमणीने आश्चर्याने विचारले,

"का बुवा, का?"

"अरे, मी तर पाच यवन पकडणार आहे. पाचशे नाणी घेणार छन्‌छन् मोजून. तू आहेस कोठे!"

"म्हणजे काय होईल?"

"मग मी ही भिकार चाकरी करतो कशाला? खुशाल सोडणार. व्याजबट्टा करायचा अन् चैनीत राहायचे."

रुद्रमणीचे हे बोलणे ऐकून चंडमणीने मनाशी मान्य केले की रुद्रमणी हा आपल्यापेक्षा अधिक बुद्धिमान आहे. आपण केवळ एकच यवन पकडला आणि अवघी शंभर नाणी घेऊन संतुष्ट झालो. याने मात्र पाच यवन पकडून पाचशे नाणी हस्तगत केली. ते काही नाही. आपणही भरपूर यवन पकडले पाहिजेत. त्यावाचून भागायचे नाही.

मग तो ओरडून बोलला, "हा, हा – थांब. मी दहा पकडणार आहे दहा. समजलास?"

रुद्रमणीने भृकुटी वर चढविल्या.

"अरे, आत्ताच तर तू म्हणालास –"

"ते आपले गमतीने. खरे विचारशील तर दहा. दहापेक्षा एक कमी घेणार नाही मी. हो!"

"असे?"

चंडमणी कठोर मुद्रा करून म्हणाला, "अर्थात!"

“मग मी पंधरा यवन धरेन.”

“मी वीस धरेन.”

“मी पंचवीस.”

“तीस.”

असा वादविवाद करीत दोघेही बरेच पुढे गेले. शाब्दिक चकमकीचे शेवटी गुद्दागुद्दीतही रूपांतर झाले. थोडीशी मारहाण झाल्यावर मग दोघांनीही एकमेकांच्या गळ्याला मिठी मारली. दोघेही रडले. मग तडजोड होऊन असे ठरले की, दोघांनी मिळून यवनांना पकडायचे. कमीतकमी शंभर तरी पकडायचे. त्यात कुचराई करायची नाही. मग मिळालेले द्रव्य वाटून घ्यायचे.

हा सगळा सुखसंवाद होईपर्यंत बराच अंधार झाला. पुढचा मार्ग दिसेनासा होऊ लागला. तेव्हा दोघांनीही एका वृक्षाखाली बसून खिशातील कुपी काढली आणि पुन्हा एकदा मद्यसेवन केले. पुन्हा दोघांचीही तोंडे आनंदाने उजळून निघाली.

चंडमणी म्हणाला,

“एकदा का पाच-सात सहस्र मोहरा मिळाल्या ना, मग मी काय करणार आहे माहीत आहे?”

रुद्रमणी प्रेमळपणाने म्हणाला,

“काय रे काय?”

“ती गणिका आहे ना कोपऱ्यावरची –”

असे म्हणून चंडमणीने पुढे बोलण्यासाठी आपले तोंड उघडले. तेवढ्यात घोड्याच्या टापांचा ध्वनी एकाएकी त्याच्या कानांवर आला आणि तो दचकला. डोळे ताणून पाहत त्याने विचारले,

“कोण आहे?”

रुद्रमणी हसत म्हणाला,

“कुठे कोण आहे? तू, मी आणि तू. आपण तिघेच तर आहोत.”

“ते बघ, कुणीतरी येत आहे रे.”

“कुठाय?”

असे विचारून रुद्रमणीने मार्गाकडे पाहिले. समोरून गाढवावर बसून एक कुंभार येत होता, तिकडे त्याचे एकाएकी लक्ष गेले. म्हणाला,

“कोण आहे?”

“कुणीतरी घोड्यावर बसलेला सैनिक दिसतो.”

“अंहं –” रुद्रमणीने मान हलवून निषेध व्यक्त केला.

“मग?”

“घोड्यावर सैनिक नाही बरे का.”

"नाही? मग?"

"सैनिकावर घोडा आहे."

"काय?"

"होय, मला चक्क दिसते आहे ना!"

"मूर्ख आहेस!" चंडमणी ओरडला, "घोड्याच्या अंगावर सैनिक बसलेला आहे."

"तू शतमूर्ख आहेस! सैनिकाच्या अंगावर घोडा बसलेला आहे."

पुन्हा वाद सुरू झाला. कुणीही आपले म्हणणे मागे घ्यायला सिद्ध होईना. चंडमणीला स्वच्छ दिसत होते, की घोडा खाली असून त्यावर सैनिक बसलेला आहे. अशा स्थितीत त्याने माघार घेणे शक्यच नव्हते. उलट, रुद्रमणीचेही डोळे त्याला फसवीत नव्हते. माणूस खाली असून त्यावर घोडा बसलेला आहे, हे धडधडीत दिसत असताना खोटे बोलणे हे त्यालाही शक्य नव्हते. तेव्हा पुन्हा बाचाबाची झाली. शेवटी ठरले की, जवळ जाऊनच पाहावे. म्हणजे खऱ्याखोट्याचा त्वरित निर्णय लागेल.

एवढे सगळे होईपर्यंत कुंभाराची मूर्ती त्यांच्याजवळ येऊन पोचलीही होती. आपल्याच तालात डुलत चालली होती. त्यांच्या बोलण्याकडे त्याचे लक्ष नव्हते. त्यामुळे एकाएकी कुणीतरी दोन धटिंगण आपल्या दोन्ही बाजूंना येऊन उभे राहिले, हे पाहिल्यावर तो दचकला. घाबरून त्याची बोबडीच वळली. कापत कापत तो म्हणाला,

"क – कोण – आहे?"

चंडमणीला त्याच्या एकंदर अविर्भावावरून शंका आलीच. न जाणो, हा एखादा यवन तर नव्हे? खात्री करून घेतल्याविना याला सोडता उपयोगी नाही. म्हणून त्याने दरडावून विचारले,

"तू कोण आहेस हे आधी सांग."

"म... मी –"

कुंभार पुरता भेदरला. त्या दोघांकडे पाहत राहिला. हे धटिंगण कोण आहेत याविषयी त्यालाही शंका येऊ लागली; पण अंधारामुळे दोघांच्याही मुद्रा त्याला दिसल्या नाहीत.

तेवढ्यात रुद्रमणी बोलला,

"घोडा?"

"हां, हां, घोडा."

"कसला घोडा?"

"असे काय? थांब सोंगाड्या तुला दाखवितो –"

एवढे बोलत रुद्रमणीने एक गुद्दा असा जोरात त्याला ठेवून दिला की, कुंभाराचे काळीज उडालेच. हे कोण लोक असावेत याविषयी त्याला आता काही संशय राहिला नाही. तो मोठ्यांदा ओरडला,

“अरे बाप रे! यवन –”

आणि गाढवावरून उडी टाकून तो धूम पळाला, वायुवेगाने पळाला आणि त्या अंधारात दिसेनासा झाला. त्याचे गाढव मात्र तसेच मध्ये उभे राहिले.

घोड्यावरील सैनिक पळून गेला असून फक्त घोडेच जागी उरलेले आहे, हे या वीरपुरुषांना अंधारामुळे मुळीच कळले नाही. सैनिकाने घाबरून ‘यवन’ असा शब्द उच्चारला, एवढेच त्यांच्या लक्षात आले. आपली शंका बरोबर होती, हे चंडमणीच्याही ध्यानी आले. तत्क्षणी चंडमणी ओरडून म्हणाला,

“अरे रुद्रमणी, धर धर! त्याला सोडू नकोस. तो यवन आहे.”

“काय? यवन?” रुद्रमणी ओरडला.

“होय बाबा, होय.”

“मग हा पाहा ठोसा लगावला –” असे म्हणून रुद्रमणीने गाढवाच्या इकडच्या बाजूने एक जोरदार ठोसा लगावला तो पलीकडे उभ्या असलेल्या चंडमणीच्या थोबाडात जोरात बसला. असा बसला की, त्याचे नाकच फुटले आणि रक्त वाहू लागले. त्याबरोबर त्यानेही संतापाने आपली मूठ उगारली आणि ती त्या दुष्ट यवनाच्या छातीत वेगाने अशी हाणली की, रुद्रमणीची हनुवटीच फुटली. मग रुद्राने आपले खड्ग बाहेर काढले आणि त्याच्यावर चाल केली. चंडानेही आपले खड्ग काढून त्याला त्वेषाने प्रत्युत्तर दिले. मग बराच वेळ शस्त्रांचा खणखणाट आणि आवेशयुक्त शब्दाचा मारा यांचा गदारोळ उसळला. कोणीही मागे हटेना. असा गोंधळ सुमारे घटिकाभर तरी चालला. एकमेकांशी बराच वेळ झटापट करून करून दोघेही रक्ताने न्हाले. मधल्या गाढवालाही उगीचच तरवारीचा दोन्हीकडून प्रसाद मिळून ते बिचारे तेथेच मरून पडले. शेवटी दोघेही थकले आणि बेशुद्ध होऊन धुळीत पडले. अंगावर ठिकठिकाणी झालेल्या आघातांनी क्षीण होऊन वेडेवाकडे कोसळले.

इकडे कुंभाराची मूर्ती जी पळत गेली ती थेट गावाच्या मध्यभागी येईपर्यंत क्षणभरही कोठे थांबली नाही. डोळे पांढरे करून, धापा टाकीत टाकीतच तो गावात येऊन पोचला आणि ओरडला,

“अरे, मेलो, मेलो – यवन आले, यवन!”

त्याबरोबर मार्गावरून जाणारे चार-दोन लोक थबकले आणि धावतच त्याच्याकडे आले. घोळका करून उभे राहिले. घाईघाईने जो तो विचारू लागला,

“काय बुवा, काय झाले?”

कुंभार पुन्हा डोळे पांढरे करून म्हणाला,

"अरे, पळा पळा–उभे काय राहिलात?"

"का, काय झाले?"

"अरे, यवन सैनिक आले आहेत. पळा, पळा!"

"कशावरून?"

"म्हणजे काय? आत्ताच मला गावाबाहेर भेटले ना –!!"

अशी सुरुवात करून कुंभाराने नुकतीच घडलेली सर्व कथा त्यांना ऐकविली. धापा टाकीत, दम घेत सांगितली. त्यावरून लोकांच्या ध्यानात सगळा प्रकार आला. कुणीतरी तिघेचौघे यवन गावालगतच्या अरण्यात दबा धरून बसले होते. हा कुंभार मार्गावरून जाताना त्यांनी त्याला धरले आणि काही विचित्र प्रश्न विचारला. त्याने काही उत्तर द्यायच्या आतच त्या सैनिकांनी मारहाणीसही प्रारंभ केला. परंतु कुंभार मूळचाच शूर आणि चपळ अंगाचा. त्यामुळे त्यांच्या तावडीतून निसटला आणि इकडे पळत आला. नाही तर आज त्याचे मरणच ओढवले होते. आता हे सैनिक गावावरही चाल करून येणार आहेत. त्यांच्या बोलण्यात तसे काहीतरी आले होते.

कुंभाराने सांगितलेला हा वृत्तान्त ऐकून सगळीकडे एकदम गोंधळ उडाला, लोकांची पळापळ झाली. जो तो घरोघर धावत गेला आणि दारे-गवाक्षे बंद करून त्यांना अडसर घालून अंगावर पांघरुणे घेऊन बसला. थोड्याच वेळात सर्व मार्ग ओसाड झाले. गावात जिकडेतिकडे शुकशुकाट झाला.


संध्याकाळचा वेळ शिवेश्वराच्या मंदिरात गप्पागोष्टीत आणि नगर-स्त्रियांचे मुखचंद्र पाहण्यात घालवून विष्णुभट्ट ब्राह्मण घरी परत निघाला होता. वाटेत त्यानेही कुंभाराच्या तोंडून हा वृत्तान्त ऐकला तेव्हा तोही पळत सुटला; पण पळता पळता या महाब्राह्मणाच्या लक्षात आले की, 'ही गोष्ट रक्षक-प्रमुख रुद्रसेन याच्या कानावर घालावयास पाहिजे. रुद्रसेनाने मागे एक-दोनदा आपल्याला फटक्यांनी मारले होते. त्याचे आपल्याबद्दल फारच कलुषित मत आहे. आता जर का आपण ही महत्त्वाची वार्ता स्वतःच त्याच्या कानावर घातली तर तो प्रसन्न होईल. तेही सध्या काही थोडे नाही. तेव्हा ही नामी संधी आपण दवडता उपयोगी नाही.'

असा सगळा विचार करून फाटक्या अंगाचा विष्णुभट्ट रुद्रसेनाच्या निवासाकडे पळत गेला आणि घडलेला वृत्तान्त त्याने तिखटमीठ लावून त्याला सांगितला.

ते ऐकून रुद्रसेनाचा चेहरा फारच गंभीर झाला. गडबडीने उठून तो ओरडला,

"काय म्हणतोस? यवन सैनिक आले?"

"होय महाराज." विष्णुभट्ट अत्यंत नम्रपणे पण गडबडीने बोलला, "गावाबाहेर त्यांनी अगदी धुमाकूळ मांडला आहे."

रुद्रसेनाने अविश्वास दर्शविणारी मान हलविली.

"मला नाही खरे वाटत."

"अगदी सत्य आहे, महाराज."

"हा तुझाच काही तरी नवा उपद्व्याप नाही ना?"

"छे:! छे:! महाराज, असे होईल? मी असत्य बोललो असेन, तर माझी जीभ झडून जावो."

"कशावरून ते यवन होते? काही आधार?"

"मी स्वतःच पाहिले ना त्यांना. 'चक्षुर्वै सत्यम्!' आणखी आधार कशाला पाहिजे? त्या कुंभाराला तर त्यांनी बडवलेच. मीच अगदी थोडक्यात निसटलो पाहा."

रुद्रसेनाने संशयी मुद्रेने त्याच्याकडे पाहिले आणि विचारले,

"अस्से! कसे होते हे सैनिक? जरा वर्णन कर पाहू त्यांचे."

आता प्रश्न आला. यवन सैनिकच काय, पण त्याचे नखही विष्णुभट्टाने बापजन्मात कधी पाहिले नव्हते. त्यामुळे तो जरा गोंधळला; पण त्याच्या लक्षात आले की, या वेळी जर आपण गडबडलो, तर असत्य भाषणाबद्दल हा संतापी माणूस आपली चामडी लोळविल्यावाचून राहणार नाही. मग त्याचे सुपीक डोके एकाएकी वेगाने काम करू लागले. दवंडी देताना यवन लोक कसे ओळखावेत यासंबंधी माहिती देण्यात आली होती हे त्याला स्मरले. ती सर्व माहिती मनात गोळा करून तो म्हणाला,

"गोरेपान, चांगले धष्टपुष्ट आणि उंचनिंच होते पाहा."

"आणखी?"

"डोक्यावर दाट केस होते. त्यावर पितळी शिरस्त्राणे होती."

"अस्से!"

"होय. अन् हातात तरवारी आणि दुसरे काहीतरी ढालीसारखे होते बुवा. षट्कोनी, अष्टकोनी असा काहीसा विचित्रच आकार होता त्यांचा –"

"ढालीच त्या –" असे म्हणून रुद्रसेन काही क्षण विचारात गढून गेला. मग गडबडीने भानावर येऊन म्हणाला, "बरे बरे, तू जा. मी पाहतो आता काय करायचे ते."

विष्णुभट्ट निघून गेल्यावर रुद्रसेनाने फार वेगाने पुढच्या हालचाली केल्या. दुसऱ्या रक्षकास बोलावून त्याने गावाबाहेर अरण्याकडेच्या सीमेला कोण रक्षक पहाऱ्यावर होते, याची चौकशी केली. चंडमणी आणि रुद्रमणी अद्यापिही घरी परत आलेले नाहीत, त्यांचा काहीच थांगपत्ता लागत नाही, हे कळल्यावर तो मनात घाबरून गेला. बरोबर काही रक्षक आणि मशाली घेऊन तो तसाच धावत त्या बाजूला गेला, तेव्हा त्याला हे दोघेही वीर रक्ताच्या थारोळ्यात बेशुद्ध होऊन पडलेले आढळले. त्यांच्या शेजारी एका गाढवाचेही तुकडे पडलेले पाहून त्याला

मोठाच चमत्कार वाटला. त्या दोघांना त्वरेने उचलून त्याने गावात आणले आणि वैद्यराजाकडून मलमपट्टी केली. व्रणावर वनस्पतीचा रस चोळला, तेव्हा दोघेही अर्धवट सावध झाले आणि बरळू लागले,

"मी दहा यवन मारेन."

"मी वीस मारेन."

"मी तीस."

हे ऐकल्यावर रुद्रसेनाची खात्रीच पटली की, विष्णुभट्टाने दिलेली बातमी अगदी सत्य आहे. किंबहुना, त्याने सांगितल्यापेक्षाही परिस्थिती अधिक भीषण असली पाहिजे. हे दोघेही रक्षक ज्याअर्थी एवढा मोठा आकडा उच्चारीत आहेत त्या अर्थी यवनांची संख्या निदान पन्नास तरी असली पाहिजे. या दोघांनी मात्र त्यांच्याशी प्राणांतिक झुंज घेतली असावी. त्यामुळेच ते सैनिक पळून गेले असावेत. एरवी त्यांनी गावावर आक्रमण करण्यास मागेपुढे पाहिले नसते. तेव्हा आता पहिली गोष्ट म्हणजे ग्रामाधिकाऱ्याकडे जाऊन ही वार्ता त्याला त्वरेने कळविली पाहिजे, नाही तर तो आपल्या नावाने ओरडल्यावाचून राहणार नाही. आधीच त्याचे आपले बरे नाही. तशात त्याला हे आणखी एक निमित्त मिळायचे. आता जर त्याने काही खुसपट काढले आणि विचारले की, एवढी मोठी भीषण घटना घडत असताना तू काय करीत होतास, घरी झोपला होतास काय, तर मग काय उत्तर द्यावे? काहीतरी शोधून काढले पाहिजे. नाही तर तो फट् म्हणता ब्रह्महत्या करून मोकळा व्हायचा. आपला अधिकार हिरावून घ्यायचा.

हा सगळा गोंधळ समाप्त होऊन रुद्रसेनाने मनाशी काही निर्णय केला आणि तो ग्रामाधिकाऱ्याच्या निवासाकडे गेला, तेव्हा पहाट झाली होती. फटफटत होते, चांदण्या विझल्या होत्या आणि पूर्वेचा रक्तवर्ण मोठा ठसठशीत दिसत होता. रात्रभर गणिकेच्या घरी जाऊन ग्रामाधिकारी नुकताच कोठे घरी येऊन पडला होता. आत्ताच त्याचा डोळा लागला होता. त्यामुळे तो उठेपर्यंत तिष्ठत राहण्यावाचून रुद्रसेनाला अन्य काही मार्ग उरला नाही. शेवटी दोन प्रहर उलटून मध्यान्ह झाली. सूर्य चांगला डोक्यावर आला तेव्हा ग्रामाधिपती उठले. आळोखेपिळोखे देऊन मंचकाखाली उतरायला त्यांना आणखी एक घटिका लागली. मग सगळे विधी आटोपून ते एकदम भोजनासच बसले. काही त्वरेच्या कामासाठी रक्षकप्रमुख रुद्रसेन प्रातःकालपासून वाट पाहत खोळंबला आहे, असा निरोप आल्यावर त्यांच्या कपाळाला आठ्याच पडल्या. दुसरा कोणी असता तर त्यांनी दुसऱ्या दिवसापर्यंत त्याला चांगले तिष्ठत ठेवले असते; पण रुद्रसेन काही महत्त्वाच्या कार्यासाठी आला आहे हे कळल्यामुळे त्यांनी भोजनोत्तर फक्त तासभर वामकुक्षी केली आणि नंतर त्वरेने त्याला भेटीसाठी बोलविले. आल्या आल्या त्यांनी वेळ-अवेळ न पाहण्याबद्दल त्याची चांगलीच

तासंपट्टी केली. मग त्रासिक मुद्रा करून विचारले,

"काय खेंगटे आणलेत बुवा?"

रुद्रसेन घाईघाईने म्हणाला, "महाराज, मोठाच अनर्थ –"

"कोणा मद्यप्याने मार्गात उभा राहून दंगा केला, हाच ना? कठीण आहे बुवा तुम्हा लोकांचे. एवढ्या साध्या गोष्टी माझ्यापर्यंत सांगत तरी येता कशाला तुम्ही?"

"तसे नव्हे, महाराज –"

"मग? कुठल्या तरी नवराबायकोंनी घराबाहेर मारामारी केली, होय ना? मला वाटलेच –"

"महाराज –"

"अरे मग त्यात मला काय विचारायचे? मार फटके. चार-दोन कमी न् जास्त."

"तसे नाही महाराज, फार गंभीर घटना घडली आहे. यवन –"

"यवन?" ग्रामाधिकाऱ्याची सुस्ती एकदम उडाली!

"होय महाराज! काल आपल्या गावाबाहेर यवन सैनिक येऊन गेले. आपल्या रक्षकांशी त्यांची चकमकही उडाली!"

"असे? मग आपण त्या वेळी काय करीत होता राजेश्री?"

रात्रभर जुळवून ठेवलेली गोष्ट रुद्रसेनाच्या आता अगदी उपयोगी पडली. तो त्वरेने म्हणाला,

"मीही त्यात होतोच ना महाराज! ह्यॅ:! भलतीच धुमश्चक्री झाली. त्यांचे पन्नास एक लोक आणि आम्ही फक्त पाच-सात. त्यांना वाटले की, सहज लोळवू आपण यांना; पण अशी उडवलीय त्यांची. त्यांचे दहा-पाच तरी लोक गारद केले. आपलेही दोन-तीन घायाळ झाले म्हणा."

एवढे बोलून रुद्रसेनाने मोठ्या घाईघाईने स्वत:ला कळलेला सर्व वृत्तान्त ग्रामाधिकाऱ्याला निवेदन केला. त्याच्या बोलण्यावरून त्या चाणाक्ष अधिकाऱ्याला ताबडतोब कळले की, काल रात्रीच्या सुमारास सुमारे पन्नास-साठ यवन सैनिकांची एक तुकडीच्या तुकडी गावावर चाल करून आली होती. गावात शिरून लुटालूट आणि रक्तपात करण्याचा त्यांचा हेतू अगदी स्पष्ट होता; पण रक्षकप्रमुखाच्या सावधानतेमुळे तो फसला. तो आणि हाताखालचे इतर काही रक्षक गावाबाहेर कडक पहारा करीतच फिरत होते. तेवढ्यात ही टोळी त्यांच्या दृष्टोत्पत्तीस आली. त्यांनी यांना हटकले. त्याबरोबर धुमश्चक्रीस प्रारंभ होऊन तुंबळ युद्ध झाले. शत्रुपक्षाकडचे दहाएक सैनिक तरी ठार झाले आणि आपल्याकडचे दोघेतिघे घायाळ झाले. आपल्या रक्षकांनी खरोखर पराक्रमाची शर्थ केली. ते संख्येने कमी पडले म्हणूनच शत्रूला फावले. आपल्या मेलेल्या सैनिकांची प्रेते घेऊन ते घाईघाईने पसार झाले.

नाही तर त्यांना असे पाणी पाजले असते की यंव्!

रुद्रसेनाने सांगितलेला हा वृत्तान्त ऐकूनही ग्रामाधिकाऱ्याच्या मुद्रेवर कसलाही विकार उमटला नाही. त्याचा या वार्तेवर मुळीच विश्वास बसला नाही. हा पूर्णपणे असत्य भाषण करीत असला पाहिजे, याविषयी त्याला मनातून खात्री वाटली. मुळातच हा माणूस भारी लबाड आणि धूर्त. त्यातून आपल्याला नेहमी पाण्यात पाहणारा. आपल्या या स्थानावर त्याचा फार दिवसांपासून डोळा आहे. तेव्हा आपल्याला निष्कारण घाबरवून टाकण्यासाठी याने हा उपद्व्याप आरंभिला असावा. दुसरे काय? ते काही नाही. आपण स्वतःच या प्रकरणाची निराळी चौकशी करून याचे दात पाडले पाहिजेत. त्याशिवाय याची खोड मोडणार नाही.

एका क्षणात ग्रामाधिपतीच्या मनात असे सगळे विचार येऊन गेले; पण वरकरणी त्याने मोठी चिंतातुर मुद्रा केली. मान हलवून तो म्हणाला,

"असे का? अरे वा!''

"होय महाराज.''

"किती सैनिक होते म्हणालास?''

"पन्नास-साठ तरी असावेत.''

"कशावरून?''

"आम्हा प्रत्येकाच्या अंगावर दहादहा लोक तरी चालून आले होते.''

"आणि तुम्ही दहा-पंधरा जणांना तरी लोळवले, नाही का?''

"होय महाराज.''

"बरे बरे. ठीक आहे. मी पाहतो आता पुढचे.''

रुद्रसेन निघून गेल्यावर ग्रामाधिकाऱ्याने आपल्या विश्वासातील दूताला बोलावून घेतले आणि त्याला या प्रकरणातील सत्यवार्ता शोधून काढण्यास सांगितले.

तो दूत चंडमणीचा मावसमेव्हणा असून रुद्रमणीच्या घराजवळच राहत होता. त्यामुळे त्याला या वार्तेची सत्यता आधीच पटली होती. शिवाय तो बाहेर पडून हिंडेपर्यंत गावात त्याचा गवगवा सर्वत्र झालाच होता आणि सगळीकडे शुकशुकाट माजला होता. तो कुंभार, विष्णुभट्ट आणि हे दोघेही मणी यांच्या तोंडून हा रोमहर्षक वृत्तान्त जवळजवळ प्रत्येकाला कळलाच होता आणि क्षणाक्षणाला त्याचे स्वरूप नित्यनूतन होत होते. त्यामुळे त्या दूताला फारसे हिंडण्याची गरज मुळीच वाटली नाही. घटकाभर टिवल्याबावल्या करून तो परत आला आणि त्याने आपली गोळा केलेली माहिती ग्रामाधिपतीला सांगितली.

ही माहिती फारच विलक्षण होती. काल रात्री अदमासे पाऊणशे-शंभर यवन सैनिकांच्या तुकडीने गावाच्या सीमेवर दबा धरून येणाऱ्या-जाणाऱ्या निरपराध नागरिकांची निर्घृण कत्तल केली होती. अरण्यातून परत येणारे वनचर, लाकूडवाले

आणि गवतवाले यांना त्यांनी निर्दयपणे ठार केले. आपले रक्षक त्या भागात जागरूकतेने हिंडत होते म्हणून बरे. त्यांच्या लक्षात ही गोष्ट ताबडतोब आली. त्यांची संख्या खरे म्हणजे खूपच कमी होती; पण तरीही त्यांनी मोठ्या धैर्याने चाल केली आणि त्या दुष्टांशी प्राणांतिक झुंज घेतली. आपल्या वीरांनी शत्रूचे पाचपंचवीस सैनिक तरी यमसदनाला नेऊन पोचविले. मग मात्र शत्रुसैनिक घाबरले. त्यांनी ताबडतोब तिथून पलायन केले. एकंदरीत गावावरचे हे मोठेच संकट तात्पुरते टळले.

दूताने परत येऊन ग्रामाधिकाऱ्याला हे वृत्त विदित केले, तेव्हा मात्र तो दचकला. मनात फार घाबरून गेला. एवढी मोठी भीषण घटना घडावी आणि दुसऱ्या दिवशी दुपारपर्यंत रुद्रसेनाने आपल्याला ती कळवूही नये, याचा त्याला भारी संताप आला. उद्या मंडलाधिपतीला ही वार्ता कळली म्हणजे मग एक क्षणभर तरी तो आपल्याला या अधिकारस्थानावर ठेवील काय? ताबडतोब आपले स्थान हिरावून घेतले जाईल आणि दुसऱ्या कोणाला तरी दिले जाईल. हा दुसरा रुद्रसेनावाचून अन्य कोण असणार? नाही तरी त्याची खटपट फार पूर्वीपासून चालूच आहेच. त्याच उद्देशाने तर त्याने आपल्याला हे कळविण्यास विलंब लावला नसेल? असेलही – नव्हे, तसेच असले पाहिजे.

ग्रामाधिकाऱ्याच्या डोक्यात चक्क उजेड पडला. संतापाने हातपाय आपटीत त्याने पुन्हा रुद्रसेनाला बोलावून घेतले. तो आल्याबरोबर त्याच्या अंगावर धावून जाऊन तो ओरडला,

"काय रे कृतघ्ना, एवढा मोठा भीषण प्रकार घडला आणि मला दुसऱ्या दिवशी दुपारपर्यंत त्याचा पत्तासुद्धा नाही अं! काय विचार होता राजेश्री?"

रुद्रसेन गांगरून म्हणाला,

"प–पण महाराज, मी पहाटेच आलो होतो –"

"बरं मग? मला का उठविले नाहीस?"

"आपला नुकताच डोळा लागला होता."

"मग? लागणारच! रात्रभर जागरण झाल्यावर झोप न येईल तर काय होईल! बरे! पहाटेचे एक असो. त्या आधी का नाही आलास?"

"आपण तिकडे नाचगाण्याच्या –"

"अर्थात! मी तिकडेच होतो. म्हणजे पाहा. तुला ते माहीत होते तर ठिकाण! तरीही तेथे आला नाहीस ना?"

"पण...."

"एक अक्षर बोलू नकोस."

असे म्हणून त्याने रुद्रसेनाला शिव्याची लाखोलीच वाहिली. एक घटिकाभर त्याला एक अक्षर काढू दिले नाही. शेवटी आरडाओरडा करून त्याने विचारले,

"आणि काय रे, शे-सवाशे सैनिक आले असताना तू मला पन्नास-साठच काय म्हणून सांगितलेस? बोल, आटप लवकर."

रुद्रसेन भीतभीत बोलला,

"पण महाराज, मला तेवढेच लोक दिसले होते."

असे काय? म्हणजे एवढी मोठी गंभीर गोष्ट घडते आणि त्याचा सत्य वृत्तान्तही तुम्हाला कळत नाही ना? तुम्ही तिथे समक्ष असून? छे:! फुकट वेतन घेता तुम्ही लोक. काडीच्या उपयोगाचे नाहीत कुणी."

"पण –"

"काही बोलू नकोस. चल, चालू लाग माझ्या दृष्टीसमोरून."

रुद्रसेन मुकाट्याने तेथून निघून गेला. तो गेल्यावर ग्रामाधिकाऱ्याने मोठ्या तत्परतेने एक लांबलचक गुप्त पत्र लिहिले आणि एका विशेष दूताकरवी मंडलाधिपतीकडे पाठवून दिले. त्या पत्रात त्याने ही सर्व गंभीर स्वरूपाची घटना सविस्तर वर्णन केली होती. त्या पत्रावरून मंडलाधिपतीला सर्व बोध झाला. सुमारे दीड-एकशे यवनांच्या सैनिकांनी केलेल्या निर्घृण अत्याचाराचे वर्णन वाचून त्याच्या अंगावर शहारे आले. खरोखर अंगावर काटे यावेत असेच वर्णन या पत्रामध्ये केलेले होते. यवन सैनिकांनी मोठेच भीषण आक्रमण केले होते. अनेक निरपराध नागरिकांची मोठ्या निष्ठुरपणे हत्या केली होती. ही हत्या करताना त्यांनी स्त्री-पुरुष भेद केला नव्हता की लहान मूल पाहिले नव्हते; पण या अत्याचाराचा सूडही तितक्याच तीव्रतेने ग्रामाधिकाऱ्याने घेतला होता. त्याने यवनांचे पन्नास-पाऊणशे सैनिक ठार केले होते आणि तितकेच घायाळही केले होते. त्यांच्या तिखट प्रतिकारामुळे शत्रूची गाळण उडाली होती आणि ते पसार झाले होते. अशा रीतीने गावावरचे फारच मोठे अरिष्ट टळले होते. तेवढ्यासाठी आपल्या दहा-वीस रक्षकांचे बलिदान करावे लागले हे खरे, पण त्याला आता काहीच उपाय नव्हता.

ग्रामाधिकाऱ्याने पाठविलेल्या या पत्रावर मंडलाधिपतीचा ताबडतोब विश्वास बसला. कारण हे पत्र येण्यापूर्वीच एक दिवस आधी त्याला या भीषण रणकंदनाचा इतिहास कर्णोपर्णी कळला होता. हा ऐकीव वृत्तान्त तर याहीपेक्षा भयानक होता. त्या मानाने या पत्रातील वर्णन बरेचसे संयमित होते. त्यात आक्रमकांचा आकडा कमी होता आणि मृतांची संख्याही बेताची होती. ऐकीव माहिती ही नेहमीच अतिरंजित असते आणि अधिकृत वृत्तान्त हा नेहमीच अतिसंयमित असतो, हे त्या चाणाक्ष मंडलाधिपतीला पुरेपूर ठाऊक होते. त्यामुळे त्याचा गैरसमज मुळीच झाला नाही. आपल्यावर फार दोष येऊ नयेत, एवढ्यासाठीच या सत्य वार्तेत काटछाट करून ग्रामाधिकाऱ्याने हे वर्णन पाठविले असले पाहिजे, हे त्याच्या पूर्णपणे ध्यानात आले. मग त्याने दोहोंचाही सुयोग्य मध्य काढला आणि निराळाच वृत्तान्त लिहून देशाधिकाऱ्याकडे

पाठवून दिला आणि मग ही भीषण वार्ता सर्व राज्यात जिकडेतिकडे पसरली.

मंडलाधिपतीकडून देशाधिकाऱ्याकडे, देशाधिकाऱ्याकडून अमात्यांकडे आणि अमात्यांच्या तोंडून सम्राट महामंडलेश्वर भानुगुप्त यांच्या कानापर्यंत ही गोष्ट जाऊन पोचली. अर्थात या सर्व प्रवासात तिचे मूळचे स्वरूप बदलून पुष्कळच निराळे झाले होते. सम्राट आणि अमात्य यांच्यापर्यंत जेव्हा ही वार्ता पोचली तेव्हा त्यांना कळले की, या गावावर सुमारे पाचशे यवन सैनिकांनी चाल केली आणि निम्मे गाव जाळून टाकले. शेकडो ग्रामस्थांची भीषण हत्या झाली. कित्येक दिवस सबंध गाव हीच एक रणभूमी झाली. सर्वत्र रक्ताचे पाट वाहिले. स्त्रिया, पुरुष, मुले, म्हातारेकोतारे यांपैकी कुणीही या हत्याकांडातून सुटले नाही. लहानलहान अर्भकांनाही तलवारीच्या अग्रावर खोचून अत्यंत निर्घृणपणे ठार करण्यात आले. अशा वेळी मग अखेर ग्रामाधिकाऱ्याने शस्त्र उचलले. आपल्या तुटपुंज्या रक्षकांनिशी त्याने प्राण पणाला लावून प्रतिकार केला. शत्रूचे शेकडो सैनिक यमसदनाला पाठविले. त्यात आपलेही अनेक वीर कामास आले. मंडलाधिपतीला ही वार्ता वेळीच कळली म्हणून पुढचा महाअनर्थ टळला. त्याने अगदी आणीबाणीच्या वेळी आपले विशेष सैन्य मोठ्या त्वरेने तिकडे पाठविले. देशाधिकाऱ्याने आपला सैन्यविभाग त्या भागात लोटला. सुदैवाने तोपर्यंत यवनांची पीछेहाट झाली. त्यांचे भलतेच निखंदन झाले. अवघे शंभर सैनिकच वाचले. बाकीच्या सगळ्यांना रणांगणात कंठस्नान घालून सूड उगविण्यात आला. या रणधुमाळीत आपले पन्नास-पाऊणशे वीर लढता लढता धारातीर्थी पतन पावले. त्यांच्या धैर्याला आणि शौर्याला खरोखर तुलनाच नाही.

ही वार्ता समजल्यावर राज्यात सर्वत्र प्रक्षोभ उसळला. आता यवनांना 'मारू किंवा मरू' या ईर्षेने सबंध मालव राज्य पेटून उठले. सीमेवरचे पहारे आणि सैनिकदल वाढविण्यात आले आणि माधवगुप्ताने आपले चतुरंग दल सिद्ध केले. आता कोणत्याही क्षणी यवनांचे भयानक आक्रमण सुरू होईल, तेव्हा लोकांनी सावध असावे, असा डांगोरा पिटला. युद्धाची सर्व प्रकारची सिद्धता करून तो वाट पाहत राहिला. पौरजनही वाट पाहत राहिले. त्या ऐतिहासिक क्षणाची वाट पाहत सगळेच थांबले.

पण मोठेच आश्चर्य घडले!

त्या ग्रामातील भीषण हत्याकांड होऊन दिवस लोटले, सप्ताह गेले, मास उलटले आणि तरीही यवनांनी आक्रमण केल्याची वार्ता पुढे कोठूनच आली नाही. एकही यवन सैनिक कोणाला आढळला नाही. एकाही गावावर कोठे चढाई झाली नाही. युद्धापूर्वीची शांतता तशीच टिकून राहिली आणि तिचा भंग करणारी एकही घटना घडली नाही.

बऱ्याच लोकांना या प्रकाराचा काही अर्थच लागला नाही. स्वत: सम्राट भानुगुप्तही गोंधळात पडला; पण चाणाक्ष माधवगुप्ताला या प्रकारचे रहस्य ताडणे

कठीण गेले नाही.

सम्राटांनी उत्सुकतेने चौकशी केली तेव्हा तो हसून म्हणाला, "महाराज, यवनांची भीती आता संपली. आता त्यांचे आक्रमण होण्याची शक्यता नाही."

सम्राट अधिकच गोंधळात पडले. म्हणाले,

"म्हणजे काय?"

"आपल्याला नाही कळले?"

"नाही."

"तर मग ऐका –" असे म्हणून अमात्य माधवगुप्त क्षणभर स्तब्ध राहिला. मग म्हणाला, "यवनांच्या पहिल्याच आक्रमणात त्यांना पुरेपूर धडा मिळाला आहे. पहिल्याच ठिकाणी त्यांना जबरदस्त प्रतिकार झाला. त्यामुळे त्यांनी हाय खाल्ली आहे."

"म्हणजे, आता यवनांचे आक्रमण होणारच नाही?"

"नाही. पाच-पंचवीस वर्षे तरी नाही. आपल्या शूर मालववीरांनी त्यांना चांगलेच पाणी पाजले. आता चढाई करून येण्याचे धैर्यही त्यांच्या ठायी उरलेले नाही."

हे ऐकून महाराज फारच प्रसन्न झाले. गेले कित्येक मास त्यांच्या विलासोपभोगात खंड पडला होता. त्यामुळे ते फार अस्वस्थ झाले होते. आता पुन्हा आपले जीवन सुरळीतपणे चालू होणार हे पाहून त्यांच्या डोळ्यांतून आनंदाश्रू आले. सद्गदित कंठाने अमात्याची प्रशंसा करून ते म्हणाले,

"धन्य, धन्य! अमात्य, तुम्ही खरोखरच धन्य आहात. केवळ तुमच्यामुळेच राज्यावरील हे भीषण संकट आज टळले."

अमात्याने मान खाली घालून नम्रपणे म्हटले,

"महाराज, ही आपलीच कृपा आहे."

"अमात्य, हा फारच आनंदाचा क्षण आहे नाही?"

"होय, महाराज."

"तर मग तो यथोचित साजरा करावा असे आम्हाला वाटते."

"होय महाराज." अमात्य म्हणाला, "आता राजसभा बोलवावी आणि तिथे या आनंदाप्रीत्यर्थ सर्वांना पारितोषिके द्यावीत, पदव्या द्याव्यात. या आनंदात सर्वांना सहभागी करून घ्यावे."

सम्राटांना ही कल्पना पटली. त्यांच्या आज्ञेनुसार सर्वत्र घोषणा करण्यात आली की, यवनांचे संकट टळलेले असून आता कोठेही, कसलाही धोका उरलेला नाही. प्रजाजनांनी आपापले व्यवहार नित्याप्रमाणे सुरू करावेत. सर्वत्र विजयोत्सव साजरा करावा.

सम्राटांच्या इच्छेनुसार सर्व मालव देशात हा विजयोत्सव मोठ्या थाटाने साजरा

करण्यात आला. ठिकठिकाणी गुढ्या-तोरणे उभी करण्यात आली. देवांना महापूजा बांधण्यात आल्या. लोकांनी घरोघर गोडधोड करून खाल्ले. नृत्याचे, संगीताचे नानाविध कार्यक्रम झाले आणि एक मासभर जिकडेतिकडे आनंदाचा कल्लोळ उडाला.

विजयोत्सवाच्या अखेरीस मोठी राजसभा भरली. ठिकठिकाणच्या लहानमोठ्या अधिकाऱ्यांनी वातावरण अगदी गजबजून गेले. या प्रसंगी महामंडलेश्वर सम्राट भानुगुप्त यांना 'यवनारि' ही पदवी सर्व सभाजनांनी एकमुखाने अर्पण केली, तेव्हा महाराज अगदी सद्‌गदित झाले. त्यांनी सर्वांचा ऋणनिर्देश केला, सर्वांना यथोचित उपायने दिली. माधवगुप्ताला तर त्यांनी 'अमात्योत्तम' ही पदवीच दिली आणि शेवटी घोषित केले की ज्या ठिकाणी या बलशाली मालववीरांनी मातृभूमीच्या स्वातंत्र्यासाठी आपल्या प्राणांचे बलिदान केले, त्या ठिकाणी या वीरांची आणि त्या ऐतिहासिक घटनेची अक्षय्य स्मृती राहावी म्हणून एक प्रचंड जयस्तंभ उभारला जाईल.

– त्याबरोबर सर्व सभा गदगदून उठली. हर्षाच्या आणि आनंदाच्या प्रचंड आरोळ्यांनी अवघे गगन कोंदून गेले. सद्‌गदित होऊन सर्वांनी एका सुरात महाराजांचा प्रचंड जयजयकार केला.

"महामंडलेश्वर, चंडप्रतापी, यवनारि सम्राट भानुगुप्तमहाराज यांचा विजय असो."

या घटनेला आता दोन सहस्र वर्षे लोटली आहेत. भानुगुप्त आणि त्याचे राज्य दोन्ही कालाच्या कराल उदरात गडप झाली आहेत; पण त्या ऐतिहासिक घटनेची साक्ष जागवत हा जयस्तंभ अद्यापही त्या कुग्रामात उभा आहे. ते गाव आता निर्जन आहे. तिथली घरी पडली आहेत, वाडे कोसळले आहेत आणि सगळीकडे काटेकुटे आणि उकिरडे माजले आहेत. कालपुरुषाचा विध्वंसक आणि विनाशकारी हात सर्वत्र फिरला आहे; पण या सगळ्यांना टक्कर देऊन हा जयस्तंभ उभाच आहे. आता त्याचाही रंग उडाला आहे. चिरे ढासळले आहेत आणि सर्वांगावर गवत, शेवाळे माजले आहे; पण तरीही तो उभाच आहे. त्याच्याकडे तुम्ही एकदा जरी पाहिले तरी तेथील दगड तुम्हाला हा इतिहास सांगेल. तिथली माती तुमच्याशी बोलेल. तिथल्या वृक्षवेली तुमच्याशी बोलतील. फार काय, तेथून वाहणारा वाराही तुमच्या कानात काही गोष्ट कुजबुजेल. पण ते काय बोलतात हे तुम्हाला कधीही कळणार नाही. तुमचे हृदय आपले उचंबळून येईल, बाहू उगीचच स्फुरण पावू लागतील आणि त्या अज्ञातवीरांना वंदन करण्यासाठी तुमचे मस्तक खुशाल नम्र होऊन खाली झुकेल!

□

# आजारी पडण्याचा प्रयोग

आमच्या घरातली सगळी माणसे नेहमी या ना त्या कारणाने आजारी असायची. त्यांच्या बाटल्या घेऊन मी रोज दवाखान्यात जात असे. त्यामुळे दवाखान्यातले वातावरण माझ्या रोजच्या सवयीचे झाले होते आणि ते मला भारी आवडायचेही. ती मजेदार चेहरा करून बसलेली माणसे. त्यांच्या हातातल्या बाटल्या. मोठमोठ्या बाटल्या सहज हेंदकळविणारा कंपांऊंडर. गळ्यात डॉक्टरकीची माळ घातलेले आणि सारखे हात पुसणारे डॉक्टर. ते खाटेवर पडणे. औषधांचा तो धुंद करणारा वास. एक का दोन गोष्टी! किती तरी. मला हे सगळे इतके आवडायचे की, काही विचारू नका. वाटायचे की इथेच लहानसे घर करून राहावे. औषधांचा सुंदर वास घेत नुसते फिरावे.

त्यातल्या त्यात माझे एवढेच नशीब होते की, मला रोज दवाखान्यात यावे लागायचे. कारण आमच्या घरात नेहमी कुणीतरी आजारी पडायचेच. आई सारखी खोकायची. बाबांना दर आठ दिवसांनी पडसे यायचेच. एकदा एका आठवड्यात आले नाही, तर दुसऱ्या आठवड्यात दोन वेळा यायचे. दादा कॉलेजात जात असला तरी त्याचे अंग नेहमी दुखायचे. कधीकधी ताईचे हात दुखायचे, पाय दुखायचे. कधी दोन्ही दुखायचे. तीही गादी टाकून झोपायची.

या सगळ्यांची औषधेही मोठी छान असायची. संत्री-मुसुंबी, सफरचंद, खडीसाखर, बेदाणे, पेढे, गोड औषधे यांचा मारा सारखा चाललेला असायचा. चार दिवस आजारी पडून अशक्तपणा आला म्हणजे शिराही रोज व्हायचा.

हा सगळा प्रकार पाहून आपण आजारी नाही, या गोष्टीचे मला अत्यंत दु:ख होऊ लागले. ज्या वस्तू ही सगळी मंडळी आजारी म्हणून खात असत, त्या 'औषध' या नावाखाली मोडत असत. त्यामुळे त्यांना हात लावायची मला सक्त मनाई असे. ही औषधे आपणही त्यांच्या बरोबरीने घ्यावीत आणि त्यांच्या दु:खात सहभागी व्हावे, असे मला फार वाटू लागले. त्यासाठी मी खूप धडधड केली. एकदा मी दादाचे

बिस्किटाचे औषध खात असताना त्याने माझा कान धरून बजावले, "मध्या, यापुढे चोरून बिस्किटं खाताना आढळलास तर याद राखून ठेव, तंगडी मोडेन."

त्या वेळी माझे सबंध तोंड औषधांनी भरून गेले होते, त्यामुळे मला त्याच्या बोलण्याला काही उत्तर देता आले नाही; पण यात माझी काय चूक झाली ते काही मला समजले नाही. आपल्या वडीलभावाच्या आजारीपणात आपण शक्य तितकी त्याची सेवा करावी, या बुद्धीनेच मी ते केले होते आणि ते चोरून तर मुळीच नव्हते. मी बिस्किटे खाल्ली हे त्याला कळले, तर मीही आजारी आहे असे त्याला वाटेल. आणि तो निष्कारण दुःखी होईल, या कल्पनेने मी केवळ तसे केले होते; पण वडीलमाणसांना सरळ एखादी गोष्ट पटली, तर ती वडीलमाणसे कसली?

या सर्व गोष्टींचा मी अंधाऱ्या खोलीत बसून अगदी गंभीरपणे विचार केला आणि आपणही आता लवकरच आजारी पडले पाहिजे, असे ठरवून टाकले. माझ्या दहा-अकरा वर्षांच्या आयुष्यात मी कधी आजारी होतो, ही गोष्ट मला अजिबात आठवेना. हे जसजसे माझ्या ध्यानात येऊ लागले तसतसे मला अतिशय आश्चर्य वाटू लागले. अरे, म्हणजे हे आहे तरी काय? वर्षांमागून वर्षे चालली आहेत आणि आपण एकदाही कण्हतकुंथत नाही? औषध घेत नाही? संत्रीमोसंबी खात नाही? हा फार अन्याय आहे! हे आधीच आपल्या लक्षात कसे आले नाही?

हळूहळू माझ्या आरोग्याविषयी मला फारच धास्ती वाटू लागली. आपण एकदाही कधी दुखणेकरी नव्हतो ही गोष्ट ध्यानात आल्यावर मला मोठी शरम वाटली. छे, छे! निदान एखाद-दुसऱ्या वेळी तरी आपण आजारी पडायचे होते. टायफॉईड, क्षय, न्यूमोनिया असली मोठमोठी गोड दुखणी मी म्हणतो राहू द्या बाजूला; पण थंडीताप, खोकला, पडसे यांपैकी काहीतरी माझ्या वाटणीला यायचे होते! निदान मोडशी, हगवण, डोकेदुखी यातले तरी काही. आपल्या स्वतःच्या मालकीची एकही औषधाची बाटली अजून असू नये? एखादेही साधे इंजेक्शन माझ्या वाटणीला येऊ नये कारण?....

या विचाराने मला काही सुचेना. घरातल्या माणसांचा मला मोठा राग येऊ लागला. त्यांचा स्वार्थीपणा पाहून मी अगदी चिडून गेलो. ती मंडळी स्वतःच इतक्या वेळा आजारी पडत होती की, माझ्या वाटणीला कोणतेच आजारीपण येत नव्हते. ते काही नाही; आपण आजारी पडून डॉक्टरकडून औषध आणायचेच, असे मी शेवटी ठरवून टाकले.

मग नेहमीप्रमाणे मी रोजच्या तीन-चार बाटल्या घेतल्या आणि डॉक्टरांकडे गेलो. चड्डीच्या खिशात मी स्वतःची बाटली निराळी जपून ठेवली होती. कुणाला कळू नये म्हणून. गुपचूप.

दवाखान्यात खूप गर्दी होती. खूप माणसे असली म्हणजे मला फार बरे वाटते.

कारण बराच वेळ दवाखान्यात बसता येते. शिवाय बसलेल्या माणसांच्या चेहऱ्यांकडे बघता येते. काय छान दिसतात एकेक लोक! कुणाचा चेहरा शिळ्या मुसुंब्यासारखा असतो. कुणी फुटक्या गाडग्यासारखे दिसत असतात. आणि आवाज तर सगळ्यांचे इतके लहान असतात म्हणता. फार छान.

मी हळूच खुर्चीवर बसलो आणि लोकांकडे टकामका बघू लागलो. काही लोक कण्हत होते. कुणी इंजेक्शन करून बसले होते. आपल्या दंडावरल्या पिवळ्या डागाकडे मोठ्या फुशारकीने पाहत होते. त्यांच्याकडे पाहून मला त्यांचा फार हेवा वाटू लागला.

हळूहळू पुष्कळ लोक गेले. मग मी तीन-चार औषधांच्या बाटल्या भरून घेतल्या. नंतर हळूच माझी छोटी बाटली डॉक्टरांच्या टेबलावर सरकावली. म्हणालो, ''डॉक्टर –''

डॉक्टर काही इंग्रजी लिहीत होते. मान वर न करताच ते म्हणाले, ''काय रे? घेतलीस ना सगळी औषधं?''

''हो, घेतली ना.''

''मग काय आता?''

मी थोडासा घुटमळलो. घाबरलोही. मग हळूच म्हणालो, ''मलाही थोडंसं औषध पाहिजे आहे हो.''

डॉक्टर दचकून मान वर करून म्हणाले, ''तुला औषध? ते रे कशाला?''

हा प्रश्न मोठा अवघड होता. औषध कशाला म्हटल्यावर काय सांगायचे? औषध असते बरे व्हायला आणि मला तर बरे व्हायचे नव्हते. आजारी पडायचे होते. खूप दिवस.

काय सांगावे मला काही सुचेना. 'अं... अं...' करीत उभा राहिलो. मग गंभीर चेहरा करून म्हणालो,

''डॉक्टर, औषध घ्यायला आजारी असावं लागतं, नाही?''

''तर! केव्हाही.''

''मग मी आजारी आहे का हो?''

हे ऐकून डॉक्टर हसायला लागले.

''आहे का म्हणजे? तुला कळत नाही का?''

''तसं नाही. पण तुम्ही बघा ना.''

''अरे, पण तुला काय वाटतं?''

''मला वाटतंय मी आजारी आहे म्हणून.''

''असे? मग ये इकडे. बघू. तपासू.'' असे म्हणून डॉक्टरांनी मला खाटेवर

झोपायला सांगितले. 'त्या गुळगुळीत खाटेवर झोपताना अशी काही मजा वाटली म्हणता. इतक्या वेळा आपण दवाखान्यात आलो, पण या खाटेवर पडायचे सुख कधीसुद्धा आपल्या वाट्याला आले नव्हते... आता डॉक्टर ती छान नळी आपल्या छातीवर, पोटावर लावतील. तपासतील. कदाचित... कदाचित इंजेक्शनसुद्धा देतील. नाही कुणी म्हणावे?... मग कसलेतरी औषध प्यायला म्हणून बाटलीत भरून देतील. अहाहा!... आपल्यालाही स्वतंत्र बाटली मिळायची तर एकूण... दादाची आणि ताईचीच ऐट नको काही एवढी... मीही आजारी पडतो म्हटले.'

आनंदाने मनातल्या मनात उड्या मारीत आणि असा विचार करीत मी खाटेवर लोळत होतो. तेवढ्यात डॉक्टर आतल्या खोलीत आले. त्यांनी मला तपासले. इकडे-तिकडे, पालथे वळायला सांगितले. गळ्यातली नळी छातीवर लावली, पोटावर लावली. जीभ बघितली. तेव्हा तर मला अगदी धन्यधन्य वाटू लागले.

आणि त्यांनी जेव्हा पोटावर एकदम टिचकी मारली, तेव्हा तर मला खूप हसायलाच आले. मग मी डॉक्टरांना सांगितले,

"डॉक्टर, इंजेक्शन द्या बरं का. ताईला अन् दादाला खूप झालीत आतापर्यंत. आता मला पाहिजे. निदान एकतरी."

डॉक्टर म्हणाले, "होय का?"

मग क्षणात माझ्या मनात एक धाडसी विचार चमकून गेला. अगदी खाजगी आवाजात मी डॉक्टरांना विचारले,

"तुम्हाला ऑपरेशन करता येतं का हो डॉक्टर?"

डॉक्टर माझ्याकडे एकदम बघायलाच लागले. थांबून म्हणाले,

"का रे बाबा?"

"नाही. करायचं असलं तर तेसुद्धा करा. मी काही घाबरत नाही."

डॉक्टर काही बोलले नाहीत. मला वाटले, ते बहुतेक माझ्या सूचनेचा विचार करीत असावेत. होय म्हणाले तर फारच चांगले झाले. ऑपरेशन केलेच त्यांनी तर मग काय मजा विचारता? तसाच पळत पळत घरी जाईन. सगळ्यांना ऑपरेशन दाखवेन –

पण डॉक्टर थंडपणाने म्हणाले, "बराय, आता असं कर. तू उतर खाली."

मी मोठ्या नाखुशीनेच खाली उतरलो. त्यांच्या चेह‍र्‍याकडे उत्सुकतेने बघू लागलो.

"हे बघ, तुला काही झालं नाही. समजलं ना? ठणठणीत आहे तब्येत तुझी. तेव्हा औषध-बिषध काही नाही. पळ, जा घरी."

डॉक्टरांचे हे बोलणे ऐकून माझी भयंकर निराशा झाली. मी रडकुंडीला येऊन म्हणालो, "असं काय हो? द्या ना मला एखादं औषध."

"छट्! तू काय आजारी आहेस काय? आजारी पड. मग औषध. हं जा आता." असे म्हणून डॉक्टर दुसऱ्या माणसाकडे वळले आणि त्याला तपासू लागले.

मग मात्र मला कसलीच आशा उरली नाही. माझ्या अंगातले सगळे बळच नाहीसे झाले. जड पावलांनी मी निघालो आणि घरी आलो. खिशातली बाटली कोपऱ्यात टाकून दिली. आणि डोळे भरून येऊन रडू लागलो. पुन्हापुन्हा डोळे पुसू लागलो.

हा प्रकार झाल्यावर मी आजारी पडायचा ध्यासच घेतला. ध्यानी, मनी, स्वप्नी मला सगळीकडे तेच दिसू लागले. एकसारखे मला वाटू लागले, मी आजारी पडलो आहे... म्हणजे काय बरे? हा, माझे डोके खूप दुखत आहे, हातपाय दुखत आहेत. निदान चार-पाच वर्षे तरी मी आजारीच आहे... डॉक्टरांनी मला एकदम दहा इंजेक्शने दिली आहेत आणि सारखे पडून राहायला सांगितले आहे. संत्री, मुसुंबी चघळत मी अंथरुणावर पडलो आहे. संत्र्याचा एवढा ढीग झाला आहे की, मी त्यात कुठे आहे हे कुणालाच दिसत नाही. माझ्या औषधासाठी शेवटी बाबांनी एक स्वतंत्र हौदच बांधलेला आहे, तरी रात्रंदिवस माझा ताप सारखा वाढतोच आहे. इतका की घरात सगळीकडे भयंकर उकडते आहे....

एक ना दोन. अशा कितीतरी गोड कल्पना माझ्या डोक्यात येत आणि त्याचा विचार करण्यात मी गुंगून जाई.

पण ही गुंगी काही वेळाने उतरे. आपली प्रकृती धडधाकट आहे आणि आपले बोटही वाकडे झालेले नाही हे माझ्या ध्यानात येई. मग मी मोठा शरमून जाई. फारच दुःख होई....

काय वाटेल ते झाले तरी अंथरूण धरायचेच आणि औषध आणायचेच, असा मी मनाशी दृढ निर्धार केला. त्या दृष्टीने मी निरनिराळे मार्ग हुडकू लागलो. चिंच खाल्ल्याने खोकला येतो, असे आई अनेक वेळा म्हटल्याचे मला आठवत होते. म्हणून मी झाडावर चढून खिसाभरून चिंचा काढल्या आणि दात आंबेपर्यंत त्या खाल्ल्या. खिसा रिकामा झाला पण खोकल्याची एवढीसुद्धा ढास आली नाही. दात आंबल्यामुळे जेवण मात्र फुकट बुडाले. खूप पोहोले, उन्हात भटकले म्हणजे ताप येतो हे ऐकून मी तोही प्रयोग करून पाहिला. घरी येऊन डेऱ्यातले थंडगार पाणी प्यालो; पण काही परिणाम झालेला दिसेना. कपाळ, हात चाचपून बघितले तरी ते डेऱ्यातल्या पाण्यासारखेच लागू लागले. काही फरक दिसेना. उलट, माझी प्रकृती पहिल्यापेक्षा अधिक सुधारली आहे अशी दाट शंका मला येऊ लागली. त्यामुळे तर मी भयंकर अस्वस्थ झालो. सारखा मान खाली घालून विचार करू लागलो.

मध्यंतरी मी खोटे खोटे आजारी पडण्याचा प्रयोग केला. सकाळी दहाच्या सुमारास, जेवायची तयारी झाली असताना मी दोन्ही हातांनी नाक धरून बसलो.

आपल्याला काहीतरी झाले आहे हे वाटेवरच्या चोरालाही पटावे अशा कुशलतेने मी नाक पकडून ठेवले होते. त्याच दिवशी आजारी पडण्याचे महत्त्वाचे कारण म्हणजे मी अभ्यास बिलकुल केला नव्हता. त्यामुळे त्या दिवशी शाळेत जाणे धोक्याचे होते.

सगळे जेवायला पाटावर येऊन बसले. मीही बसलो. डाव्या हाताने नाक धरून उजव्या हाताने जेवू लागलो.

बाबांनी माझ्याकडे संशयाने पाहिले. विचारले, ''का रे, नाक काय धरलंस? सोड.''

कुणीतरी असे विचारावे असे मला वाटतच होते. मी नाक जास्तच दाबून गेंगाण्या आवाजात सांगितले, ''नाक भयंकर दुखतंय माझं.''

मी इतके नाकात बोललो की, माझे बोलणे कुणालाच नीट कळले नसावे. कारण आई खेकसून म्हणाली,

''नीट बोल की. अन् नाक काय धरून बसलाहेस बैराग्यासारखा? सोड ते.''

मी नाक मोकळे सोडले आणि साध्या आवाजात नम्रपणे म्हणालो,

''नाक दुखतंय माझं!''

त्याबरोबर सगळे जेवायचे थांबले. बाबांनी माझ्याकडे अशा काही अविश्वासाच्या दृष्टीने पाहिले की, मला मुळात नाकच आहे की नाही, अशी शंका त्यांना निर्माण झाली असावी, असे मला वाटले. दादाचा घास तर पटकन पानातच पडला.

त्याने गंभीरपणे विचारले, ''केव्हापासून दुखतंय नाक तुझं, मधू?''

''रात्रीपासूनच दुखतंय, झोपेतसुद्धा दुखत होतं.''

मी सांगितलं. थोडंसं भीतभीतच सांगितलं. त्यांची सगळ्यांची दृष्टी पाहून आपलं काहीतरी बोलायला चुकलं आहे असं उगीचच वाटलं.

''रात्रीपासनं म्हणजे केव्हा?''

''ती रात्रीची गाडी जाते ना तेव्हा. नऊ वाजून पस्तीस मिनिटांनी.''

''दुखतंय म्हणजे काय होतंय रे?''

हा प्रश्न फार किचकट होता आणि आयत्या वेळी त्याचे उत्तर देणे जरा जबाबदारीचे काम होते. मी मनाशी किंचित विचार केला. दुखतंय म्हणजे काय होत असते, याची नीटशी मला कल्पना नव्हती; पण दादाचे डोके नेहमी दुखत असते. ते थाड्थाड् उडते असे तो नेहमी सांगत असतो. ताईचे हात-पाय दुखतात, त्या वेळी हातापायात गोळे आले असे ती म्हणते....

''नाक थाडथाड उडतंय. सारखे गोळे येताहेत.'' मी ताडदिशी सांगितलं.

त्याबरोबर सगळे हसायला का लागले, ते काही मला कळले नाही.

''बराय, आता जेवण झाल्यावर बघू हं तुझ्या नाकाकडं.''

असे दादाने हसता हसता सांगितले आणि जेवण झाल्यावर मला जवळ

बोलावून घेतलं. मग पाठीमध्ये असा काही रट्टा घातला की, मी घाईघाईने कपडे अंगावर घातले, पिशवी उचलली आणि भराभरा पळत शाळेला गेलो.

एकंदरीत गोष्टीवरून माझ्या ध्यानात आलं की, खोटे आजारी पडणे ही गोष्ट काही तितकीशी सोपी नाही. तेही बरेच अक्कलहुशारीचे काम आहे. आणि ते साध्य करायचं असेल तर खरोखरीच्या आजारी माणसाला विचारून त्यातले महत्त्वाचे मुद्दे समजावून घेणं अवश्य आहे. चेहरा किती प्रमाणात उतरवावा, आजार कोणता सांगावा, त्याची लक्षणे कोणती दाखवावीत, हे सगळं विचारल्यावाचून कळणारे नव्हते. ते विचारून तसं करायला तरी पाहिजे होते किंवा खरोखरीच आजारी पडायला पाहिजे होते.

मग आता कुणाला विचारावे, या बाबतीत माझ्या घरातली माणसे सगळी तज्ज्ञ होती. पण त्यांची मदत मिळण्याचा काही एक संभव नव्हता. तेव्हा त्यांची नावे मी बाजूला सारली आणि दुसरी कोणी भाग्यवान माणसे भेटतात का ते पाहत हिंडू लागलो.

सुदैवाने माझ्या प्रयत्नाला यश आले.

त्या दिवशी संध्याकाळी शाळा सुटल्यावर मी आणि वसंता घराकडे यायला निघालो असताना मला कळले की त्याची आक्का नुकतीच बाळंतीण झाली आहे आणि तिला एक सुरेख बाळ झाले आहे. ती सारखी बाजेवर पडून असते. शेगडीचा शेक घेते आणि कण्हतकण्हत बोलते.

एकूण ती आजारी होती तर....

मग तिची मदत घ्यायला काय हरकत आहे?... तिला आपण हळूच विचारले तर ती सांगेल. नाही म्हणणार नाही. तशी ती आपल्याला चांगली ओळखते.

मग काहीतरी निमित्त काढून मी वसंताबरोबर त्याच्या घरी गेलो. इकडेतिकडे हिंडतहिंडत आक्काच्या खोलीत आलो. लांब उभा राहून बघू लागलो.

आक्का बाजेवर झोपली होती. तिच्या शेजारी एक लहानसे मूलही होते. आम्ही आल्यावर आक्काने डोळे उघडले. तोंड वळवून आमच्याकडे पाहिले आणि विचारले, "कोण, मधू का रे?"

"होय."

मी म्हणालो आणि तिच्याकडे हेव्याने बघू लागलो. तिचा आवाज इतका बारीक आणि खोल कुठूनतरी येत होता की कुणालाही ती आजारी आहे हे पटले असते. किती छान होता तो आवाज! – वसंताच्या आक्काला हा आवाज कुठनं काढता येत असेल? विचारावेच तिला. आणि आजारपणी किती सुरेख दिसत होती ती. कशी आजारी पडली असेल? महिना महिना आजारी पडण्यासारखे तिने काय केले असेल?....

आक्काने तेवढ्यात मला पुन्हा विचारले, "दादा काय करतो रे आता?"

दादा कोणता अभ्यास करतो ते मला माहीत होते. म्हणून मी अगदी बरोबर उत्तर दिले, "बीएस्सी टेक्निकलला आहे तो."

"अन् तुझा अभ्यास कसा काय चाललाय?"

"बरा आहे."

"आमच्या वसंताचा अभ्यास चांगला आहे की नाही?"

"तर. पहिला नंबर आहे त्याचा."

"पण तब्येत नाही बाबा तुझ्यासारखी खणखणीत. अगदीच किडकिडीत आहे."

हे ऐकून माझा चेहरा काळाठिक्कर पडला. मी शरमून खाली मान घातली.

"नाहीतरी तो उगीच पाप्याचं पितर आहे. आजारी पडत नाही हेच नशीब समजायचं. लहानपणी तर अस्सा सारखा आजारी असायचा."

आक्काने सांगितलेली ही माहिती ऐकून मी वसंताकडे लोभी दृष्टीने बघू लागलो. एकूण तो मोठा सुदैवी होता तर!... लहानपणी सारखा आजारी पडायचा म्हणजे काय थोडे झाले? आणि आता अलीकडे आजारी नसला म्हणून काय झाले? त्याची प्रकृतीच अशी उत्तम आहे की, हा काय केव्हाही आजारी पडू शकेल.

मी वसंताकडे कौतुकाच्या दृष्टीने पाहू लागलो. तेवढ्यात आईने त्याला हाक मारली म्हणून तो बाहेर गेला.

मग मी हळूच पुढे सरकलो. आक्काकडे टक लावून उत्सुकतेने बघू लागलो. विचारावे का हिला?... काय हरकत आहे? थोडी तरी माहिती मिळेलच, उपयोगी पडेल.

मग मी मनाचा हिय्या केला आणि लाडिकपणाने म्हणालो,

"आक्का, तुम्हाला विचारू का एक?"

आक्काने थोडेसे टक लावून माझ्याकडे पाहिले. तिला आश्चर्य वाटल्यासारखे दिसले. हसून ती म्हणाली, "काय रे? काय विचारायचं आहे?"

"तुम्ही कुण्णाला सांगायचं नाही."

"बरं. पण काय?"

"अगदी शप्पत?"

"शप्पत."

एवढं संभाषण झाल्यावर मी पुन्हा घुटमळलो. मग म्हणालो,

"आक्का, हे तुम्हाला कशानं झालं?"

"काय?"

"हे – हे सगळं –" मी खोलीतल्या औषधाकडे, शेकोटीकडे, बाजेकडे

सगळ्या गोष्टींकडे हातवारे करून म्हणालो, ''असं कशानं झालं? तुम्ही काय केलंत? मला सांगा ना. गुपचूप सांगा.''

हे ऐकून आक्काचा चेहरा लालबुंद झाल्यासारखा दिसला. मग ती रागावली की काय कोण जाणे. मला काही कळले नाही; पण तिने एवढेच विचारले,

''कशाला रे तुला पाहिजे सगळं?''

तिचे हे शब्द ऐकून मला बरं वाटलं. मी नम्रतेने तिला म्हणालो,

''मलाही तसंच करायचंय, तुम्ही नुसतं सांगा. मी अगदी गुपचूप करतो अन् आजारी पडतो. तुमच्यासारखं. कुणाला सांगत नाही.''

हे ऐकल्यावर तिला हसायला काय झाले, ते मला खूप विचार करूनही समजले नाही. तिने मग दोन्ही हातांनी आपलं तोंड झाकून घेतलं आणि मला दरडावून सांगितलं,

''चल गाढवा, नीघ इथून. पुन्हा असलं विचारू नकोस काही चावटपणाचं.''

तिचं हे अनपेक्षित बोलणं ऐकून मला एकदम इतका राग आला की, 'यात काय चावटपणा झाला?' असे मोठ्यांदा ओरडून तिला विचारावे असे वाटले; पण तिच्या चेहऱ्याकडे बघून मी तो बेत रद्द केला आणि रागारागाने तिथून चालता झालो.

मग बरेच दिवस माझे डोके ठिकाणावर नव्हते. मी माझ्या दुःखात पार बुडून गेलो होतो. या जगात आपल्याला आजारी पडण्यातही कोणी मदत करू नये, या अन्यायाचे मला भयंकर आश्चर्य वाटत होते. जी गोष्ट आपल्याला पाहिजे ती एकदाही या जगात मिळू नये याचे फार दुःख होत होते. त्यामुळे अन्नावरची तर माझी वासनाच उडाली. काही खावेसे वाटेना. दोन वेळचे जेवण आणि दोन्ही वेळचे मधले खाणे याशिवाय माझे सगळे खाणेपिणे सुटले. दुःखाने, चिंतेने जास्त काही घशाखाली उतरेना. मनात विचार करून मी वाळू लागलो, झुरू लागलो. सगळ्यांच्यावर उगीचच चिडू लागलो. कुणालाही वाटेल तसे बोलू लागलो.

एके दिवशी मी असाच चिडलो आणि दादाला वाटेल तसे बोललो. ताईच्या दंडाला रक्त येईपर्यंत चिमटे काढले, ओरडलो.

मग दादाने मला दंड धरून उभे केले आणि अशी तोंडात भडकावून दिली, की त्याचा हात बराच वेळ दुखत राहिला. ताईने परत माझ्या दंडाला चिमटे काढले.

मग मला एकदम रडूच आले. बराच वेळ हुंदके देत, ओरडत मी सगळ्या घरात धिंगाणा घातला. डोळे पुशीत पुशीत एका कोपऱ्यात बसलो. जेवलो नाही, खाल्ले नाही, काही नाही. बाबा, दादा, ताई – सगळे बाहेर निघून गेले, तरी मी आपला डोळे पुशीतच बसलो होतो.

असा कितीतरी वेळ गेला.

रडतरडतच मी कोपऱ्यातून बघू लागलो.

समोरच्या कोनाड्यात दादाचे औषध होते. त्याच्या पलीकडच्या कोनाड्यात ताईचे औषध होते. दोन्ही बाटल्या उन्हात चमकत होत्या. आज सकाळीच त्या बाटल्या मी दवाखान्यातून भरून आणल्या होत्या.

त्या पाहिल्याबरोबर माझ्या डोक्यात एकदम तिडीक उठली. दादाचा आणि ताईचा भयंकर राग आला.

विचार करीत काही वेळ मी त्या बाटल्याकडे बघत राहिलो. मग ताड्दिशी उठलो. दोन्ही बाटल्या घेतल्या, उघडल्या आणि गटागटा करून निम्म्या निम्म्या पिऊन टाकल्या. पुन्हा रागारागाने कोपऱ्यात बसलो.

आणि काय आश्चर्य!

हळूहळू दादासारखे डोके दुखू लागले. ताईसारखेच हातपाय भयंकर दुखू लागले. सगळ्या अंगातून गोळे येऊ लागले.

... आणि संध्याकाळपर्यंत मला थडथडून ताप आला.

☐

# एक होता ब्राह्मण

खरे म्हणजे मी अंथरुणातून उठणार नव्हतो. थंडीच्या दिवसांत अंगावर पासोडी घेऊन ती डोक्यावरून ओढून झोपण्यात किती बरे वाटते! आता काही थंडी राहिली नव्हती म्हणा; पण तरीसुद्धा उठायचा मला कंटाळा आला होता. पण उन्हे आता पासोडीवर आली होती आणि बायकोचे खेकसणे मधूनमधून कानावर पडत होते. पोरांची रडारडही ऐकू येत होती. त्यामुळे झोपेतली गंमत हळूहळू जात होती. शिवाय आणखीन जास्त वेळ पडलो असतो तर न जाणो, बायको एखाद्या वेळी ओरडत आली असती आणि तिने नसत्या शिव्या दिल्या असत्या. मग घाईघाईने उठून बसावे लागले असते. त्यापेक्षा आत्ताच उठावे हे खरे.

असा विचार करीत मी अर्धा तास अंथरुणात लोळलो आणि मग सावकाश उठून बसलो. डोळ्यांची चिपडे काढीत इकडेतिकडे बघू लागलो.

स्वयंपाकघरात आदळआपट चालली होती. धाकटा दिगू काहीतरी खात होता आणि मध्येच ओरडत होता. काशी खांबाला टेकून नागवीच उभी होती आणि तोंडासमोर आलेले केस दाताने चावीत होती. विठ्ठल दुपट्यावरच होता. हातपाय झाडीत पडला होता. गजा बहुतेक विटीदांडू खेळत असावा.

मी भलामोठा आळस दिला. दोन्ही हातांच्या नखांनी पाठ कराकरा खाजवीत बराच वेळ विचार केला. त्यानंतर मी शिताफीने उठलो. तुटकी पासोडी घडी करून ठेवली. फाटकी सतरंजी उचलून कोपऱ्यात टाकली आणि बायकोला म्हणालो,

"चहा झाला का गं?"

बायको मला दिसली नाही; पण तिचा आवाज तेवढा बाहेर ओसरीवर ऐकू आला.

"कवाच झालाय. तुमी उठताय ना अजून?"

"उठतोय की – हे काय!" असे म्हणून मी धोतराच्या दोन्ही बाजू नीट खोवल्या आणि बोटाने कानातला मळ काढीत बाहेर गेलो.

थोड्या वेळाने ताम्हनातून चहा पिता पिता मी म्हणालो,

"हे ताम्हन लेकाचं तापतंय. चहा पिता येत नाही त्यातला नीट."

बायको घुश्श्यातच दिसली. चुलीत लाकडे घालता घालता ती म्हणाली,

"ताम्हन पोळतंय तर आणा की कपबशी विकत. पत्ते खेळा, झोपा अन् हिंडा गावभर म्हणजे मिळेल कपबशी तुम्हाला."

आणि काड्याच्या पेटीतल्या काड्या संपल्या म्हणून काड्या मागायला ती तरातरा शेजारच्या घरी गेली.

खरे म्हणजे मी आपले सहज बोललो होतो बरे का. पण तिला राग आला. अगदी निव्वळ तर्कटी काम आहे आमची बायको म्हणजे! आता ह्यात रागवायला काय झाले? मी गावातून हिंडतो-फिरतो, पत्ते खेळतो, ही गोष्ट खरी. पण त्यात बिघडले काय? पुरुषांनी या गोष्टी करायच्या नाहीत तर मग काय बायकांनी करायच्या?... गंमतच आहे हिची एकेक. बरे, हिंडूफिरू नये तर काय करावे? कामधंदा करण्याचे हे दिवस तरी आता राहिले आहेत का? ब्राह्मणांना फारसे कुणी विचारीत नाही, हे तिला माहीत नसायला काय झाले? उगी आपले सोंग. तरी बरे, माझे स्वतःचे जेवणखाण मी बाहेर काढीत असतो....

जेवणावरून मला एकदम आठवण झाली. आज गावात चार-दोन लग्ने होती. एक-दोन ठिकाणी तरी दक्षिणा मिळायला काही हरकत नव्हती. खरे म्हणजे प्रत्येक ठिकाणी दक्षिणा मिळायची; पण एकसारखे सगळीकडे मुहूर्त असले की, ते जमत नाही. एखाद-दुसरेच लग्न हाती पडते. बाकीची वाया जातात. आता दोन-तीन आणेच मिळतात. पण तेवढेही काही वाईट नाहीत म्हणा. तेवढाच चार दिवसांचा चहा आणि विडी भागते.

शिवाय कुठेतरी एके ठिकाणी जेवायला मिळणारच.

चहा पिता पिता माझ्या डोक्यात असे विचार आले. बादलीभर पाणी घेऊन मी अंघोळ केली. थोरल्या पोराला हाक मारून त्यालाही अंघोळ घातली. मग दोघांनाही गंध लावून मी धोतर नेसू लागलो.

एव्हाना बायको बाहेरून परत आली होती आणि डब्यातले डाळ-तांदूळ हुडकीत बसली होती. थोरल्या पोराला अंघोळ घातलेली बघून ती म्हणाली,

"गजाला एकट्यालाच अंघोळ घातलीत व्हय?"

निऱ्या करता करता मी म्हणालो, "होय. का?"

"बाकीच्यांना घाला की. का बसवताय त्यांना तशीच पारोशी?"

"तूच घाल त्यांना. गजाला घेऊन जातो मी बाहेर."

"कशाला?"

मी खेकसून म्हणालो,

"घातलीस हटकण?... अगं, लग्नं नाहीत का गावात?... त्यालाही घेऊन जातोय."

माझे हे व्यवहारी बोलणे ऐकून बायको खूश झाली. तिचा चेहरा जितका शक्य होता तितका खुलला.

"मग घेऊन जा त्याला. जेवायलासुद्धा घेऊन जावा तसंच त्याला."

"तर, तर! तसं पाठवतोय काय पोराला परत?"

"अन् दक्षिणेचे पैसे द्या त्याच्याबरोबर."

"होय."

"नाही तर प्याल हाटेलात चहा कुठंतरी."

"नाही, नाही."

असं म्हणून मी गजाला सदरा-चड्डी घालायला सांगितली आणि त्याला घेऊन बाहेर पडलो.

सकाळचे दहा वाजले असतील नसतील. त्या मानाने रस्त्यावर गर्दी पुष्कळच दिसली. लग्नाला जाणारी माणसे त्यातून बरोबर ओळखू येत होती. पुरुषांनी कोट, टोपी घातली होती. बायका नाकात नथी घालून, नवी लुगडी नेसून लगबगा चालल्या होत्या; एकमेकींशी बोलत होत्या. घोळका-घोळका करून पाय उचलत होत्या. काहीजणीं पोरांचा लोंबकळा बरोबर घेऊन निघाल्या होत्या. ते बघून मला एकदम बरे वाटले. बायका अजून निघताहेत. म्हणजे लग्नाला थोडाफार अवकाश आहे; उशीर झालेला नाही.

कुठल्या लग्नाला जायचे हे मी आधी कधीच ठरवीत नाही. पहिल्यांदा घराबाहेर पडतो. मग कुणीकडच्या बाजूला गर्दी जास्त आहे ते बघतो आणि जिकडे जास्त माणसे जात असतील तिकडे जातो. जिथे माणसे जास्त तिकडे पैसे जास्ती, असे आमचे आपले शास्त्र आहे. कारण लग्नात गर्दी भरपूर असली की देणाराला काही सुचत नाही. खूप रेटारेटी चालते आणि त्या गडबडीत चारदोन पैसे जास्त हातावर पडतात.

दाढीची खुटरे खाजवीत मी बराच वेळ गर्दीचा अदमास घेतला आणि मग गजाचे बोट धरून लोकांच्या पाठोपाठ गेलो. ते वळतील तिकडे वळू लागलो.

आमचा गजासुद्धा आता पुष्कळ तयार झाला आहे. वाटेने जाता जाता तो म्हणाला, "अण्णा –"

मी म्हणालो, "काय रे?"

"आज गावात कुणीतरी महाराज आलाय म्हणे."

"बरं मग?"

"तिकडे सगळ्यांना जेवण आहे."

"असं का?"

"व्हय. अन् बरं का, तिथं दक्षिणा किती आहे माहीत आहे का?"

"किती?"

"चार-चार आणे."

"हॅट. कायतरी सांगतोस."

मी त्याला झिडकारून लावले. तो काहीतरी पुढे म्हणणार होता. पण मी भराभरा पाय टाकल्यामुळे तो मागे राहिला अन् मग पुढे काहीच बोलला नाही. मला आपले त्याचे हसूच आले. अहो, चार-चार आणे दक्षिणा म्हणजे काय चेष्टा झाली? चार आणे म्हणजे सोळा पैसे झाले की! एका दणक्याला सोळा पैसे कोण देईल? कुबेरसुद्धा देणार नाही. काहीतरी पोरे ऐकतात आणि सांगतात झाले.

लग्नघराच्या दाराशी दोन्ही बाजूला केळीचे खुंट लावलेले होते. त्यांची पाने वाऱ्याने हलत होती आणि ती बाजूला सारीत माणसे आत शिरत होती. बाहेरच्या बाजूला भिंतीला टेकून ताशा-वाजंत्रीवाले धडाक्याने वाजवीत होते. दारांच्या दोन्ही बाजूला रुमाल घालून लग्नघरचे लोक उभे होते आणि सगळ्यांना नमस्कार करीत होते. कुणी आत जायचा रस्ता दाखवत होते. रस्ता एकच होता. त्यामुळे बायका, पुरुष, मुलेबाळे घाईघाईने एकमेकांना रेटीत आत शिरत होते.

मला बहुतेक सगळे लोक ओळखीत होते. त्यामुळे कुणीच मला नमस्कार केला नाही. मी मात्र हात जोडून दोघातिघांना नमस्कार केला. थोडासा हसलो आणि दाढी खाजवीत गजाला म्हणालो,

"ए, चल रे लौकर आत. अगदी बोहोल्याजवळ जागा मिळविली पाहिजे. हा!... नाही तर मागाहून त्रास होतो रिकाम्याराणी."

मी म्हटले ते काही खोटे नव्हते. आत पाहतो तो ही तोबा गर्दी बोहोल्यापाशी. बोहलेबिहले बाकी झकास सजविले होते बरं का. पण बाकी व्यवस्था नीट नव्हती. भटजींसाठी आणि ब्राह्मणांसाठी तिथे पाच-सातच पाट मांडून ठेवले होते आणि एवढ्या जागेत पाच-पंचवीस लोक गर्दी करून बसले होते. बायकांची तर ही दाटी झाली होती बोहल्याजवळ. खरे म्हटले तर इतक्या सगळ्या बायकांचे काय काम होते तिथे? पण जसे काही स्वत:चेच लग्न आहे अशा थाटात सगळ्या गर्दीगर्दीने तिथे उभ्या होत्या. मला फार राग आला. अहो, ब्राह्मणांना बसायला जागा नाही आणि या खुशाल दाटीवाटीने उभ्या राहतात तिथे! काय गंमत आहे. त्यांच्यासाठी बसायला जागा आहे निराळी. सतरंज्या टाकल्या आहेत. पण तिथे ह्या बसायच्या नाहीत. ब्राह्मणांच्या पोटावर पाय आणतील.

मंडपात सगळीकडे गर्दी झाली होती. पलीकडे पुरुषमंडळींसाठी मोठमोठ्या सतरंज्या टाकल्या होत्या. तक्के होते, गाद्यागिरद्या होत्या, पानसुपारीची तबके

मधूनमधून ठेवली होती. पण सगळीकडे दाटी असल्यामुळे कुठे बसावे हे नव्या माणसाला काही कळत नव्हते. बोहोल्याजवळ तर वीतभरही जागा नव्हती आणि तिथेच खरे म्हणजे बसायला पाहिजे होते. कारण दक्षिणा मिळायला तीच जागा सोयीस्कर होती.

मी एकंदर रागरंग बघितला आणि मनाशी काहीतरी ठरविले. गजाला म्हणालो, ''गजा, बैस तिथं ब्राह्मणांत. आपलेच लोक बसलेत तिथे. जा, बस.''

आणि गजाला तिथपर्यंत पोहोचवून मी उगीचच इकडून तिकडे हिंडू लागलो. लगीनघाई चाललीच होती. तेवढ्यात बोहोल्याजवळ अंतरपाट हातात घेऊन बसलेला उपाध्या चुटकी वाजवीत गडबडीने म्हणाला,

''अहो, नवऱ्यामुलीला आणा ना लवकर. मुहूर्ताची वेळ भरत आली.''

तेवढ्या गडबडीत, आवाजाच्या कोलाहलात मला हे बोलणे कसे नेमके ऐकू आले. मी दुसरीकडे तोंड वळवून म्हणालो,

''आं?... अजून नवऱ्या मुलीला आणलं नाही? शाबास. चला – चला – आटपा लौकर.''

असे म्हणून मीच गडबड केली आणि आतल्या बाजूला घुसलो. नवऱ्या मुलीला घेऊन बायका येतच होत्या. पण त्यांना उगीचच घाई केली. म्हणालो,

''हं हं, वहिनी, आटपा लौकर. वेळ भरत आली. बाहेर नवरा मुलगा खोळंबून उभा आहे.''

हे माझे बोलणे ऐकून सगळेजण हसायला लागले. ते का हसताहेत हे खरे म्हणजे मला समजले नाही. पण सगळेच हसताहेत म्हणून मीही हसू लागलो. आणि त्या लव्याजम्याबरोबर ऐटीने बाहेर आलो. बोहोल्याजवळ उभ्या असलेल्या बायकांना 'सरका, सरका जरा, वाट द्या' असे मोठमोठ्यांदा ओरडलो आणि त्या थोड्याशा सरकल्या तसा गपकन् खाली बसलो. चांगला मांडी घालून बसलो.

हे असे जमवावे लागते सगळे.

मी खाली बसल्यावर आमची ब्राह्मण मंडळी अशी रागारागाने माझ्याकडे बघायला लागली आहेत म्हणता. जसे काही त्यांचेच चार पैसे जाणार होते हरामखोरांचे. पण हावरटपणा सुटत नाही आणि दुसऱ्याचे चांगले झालेले बघवत नाही. आता सगळ्यांनी दक्षिणा मागायला यायचे काही नडले आहे का?... एकेकाला चांगले तीस-तीस, चाळीस-चाळीस रुपये पगार आहेत. पण हात पसरायची वृत्तीच लेकांना.

पाटावर बसलेला दिगूभटजी मला म्हणाला, ''का पिलोबा, आज पोराला घेऊन इथं हजर?''

मी रागावून म्हणालो, ''हो, का? तुझ्या बापाचं काय गेलं त्यात मग?''

"डबल दक्षिणा उपटायचा बेत दिसतोय?"

"तू मागे चौबल हाणली होतीस की! तेव्हा?"

यावर दिगूभटजी काहीतरी पुन्हा बोलणार होता. पण तेवढ्यात 'शुभमंगल सावधान' असे उपाध्यायाने म्हटलेले ऐकू आले. आम्हा दोघांच्या अंगावर तडातडा अक्षतांचा मारा झाला आणि मंगलाष्टके सुरू झाली. एक-दोन मंगलाष्टके झाल्यावर दिगूने मोठा आवाज काढून एक मंगलाष्टक म्हटले. चांगले घोळून घोळून म्हटले. दिगू महाइस्कलबाज आहे. त्याचा डाव मी ताबडतोब ओळखला. मंगलाष्टके म्हणणाऱ्या भटजीला हमखास दक्षिणा मिळते. थोडीशी जास्तच मिळते. दिगू दर लग्नाला गेला की, लेकाचा मंगलाष्टक म्हणतो; पण मीही काही कमी नाही म्हणावे. त्याने 'आता एक विचार कृष्ण नवरा' म्हटल्याबरोबर मी 'आता सावध' हे अष्टक त्याच्यापेक्षा मोठ्यांदा ओरडून म्हटले. इतके मोठ्यांदा की, सुरुवात झाल्यावर नवरीमुलगी एकदम दचकली. शेजारी उभ्या राहिलेल्या तरण्याताठ्या पोरींनी तर कानात बोटेच घातली. अशी जिरवलीय त्याची की बघतच राहावे. चुपचाप बसला. काही बोलला नाही.

लग्न लागून ताशावाजंत्र्यांचा धडाका उडाला आणि पानसुपारी वाटायची घाई सुरू झाली. देकार वाटायची हीच वेळ असते. दोन्ही बाजूंची माणसे फुलपात्रात पैसे घेऊन दक्षिणा वाटीत फिरू लागली, तेव्हा सगळ्या लोकांनी 'मला – मला –' करून त्यांच्याभोवती हातांचा समुद्र निर्माण केला. आता मीही हात पसरला नव्हता का? पण किती खुबीने. उजवीकडचा हात डावीकडे आणि डावीकडचा हात उजवीकडे असे मोठ्या सफाईने करून मी दोन्ही हात त्यांच्यापुढे केले होते. त्या गाढवांना माझी ही युक्ती मुळीच कळली नाही. अहो, देकार वाटणारा माणूससुद्धा फार हुशार लागतो. अनुभवी माणूस हातावर दक्षिणा ठेवतो आणि तो हात धरून वर उंच करतो. त्यामुळे हात कुणाचा हे कसे बरोबर कळते आणि त्या माणसाला पुन्हा दक्षिणा मिळत नाही. पण माणूस अनुभवी नसला, की मग आम्ही फार गमती करतो. या खेपेला मी दोन्ही हात पसरून डबल दक्षिणा घेतली आणि गजाचा हात पुढे करून त्यालाही द्यायला लावली. गजाही हुशार. गर्दीत घुसून त्याने पुन्हा हात पसरला आणि धक्काबुक्की घेत, रेटारेटी करीत आणखी एक पैसा मिळविला. खरोखर धक्काबुक्की आणि गर्दी इतकी चालली होती की, पैसे वाटणारी माणसे भांबावून गेली होती. काय करावे हे काही त्यांना सुचत नव्हते. ज्याचा हात समोर येईल त्याच्या हातावर काहीतरी टिकवून ती पुढे जात होती.

मग मला एक युक्ती सुचली. मी गजाला म्हणालो,

"गजा, इकडे ये गाढवा जरा."

गजा यायला थोडासा नाखूश दिसला. गर्दीत राहून आणखी एक पैसा काढायची

त्याची धडपड चालली होती; पण मी हाक मारल्यावर तो आला. म्हणाला, “काय?”

“जरा आणखी इकडे ये की.”

मी त्याला जवळ बोलविले आणि त्याच्या कानात एक गोष्ट सांगितली. त्याबरोबर तो खूश झाला.

मग पुन्हा गर्दीत मिसळून त्याने ‘मला – मला –’ करीत हात पसरला, त्या फुलपात्राच्या थेट खाली नेला आणि हाताचा असा जोरात हिसका दिला त्या भांड्याला की, ते हातातून उडालेच. उलथेपालथे होऊन जमिनीवर पडले!

मग काय विचारता महाराज!

तांबडे पैसे, आणेल्या, चवल्या... नुसता सडा झाला जमिनीवर.

खाली पडलेले पैसे वेचण्यासाठी मग तिथे जी काही लोकांची झिम्मड लागलीय म्हणता, काही विचारू नका. सगळेच खाली वाकले आणि हाताला येईल ते नाणे प्रत्येकाने उचलले. दिगू एवढा पाटावरचा भटजी. पण त्यानेदेखील उठून सापडलेले पैसे गोळा केले. देकार देणारा तो बावळट माणूस तर ‘आ’ करून बघतच राहिला. लोकांना धरधरून त्याने हलविण्याचा प्रयत्न केला; पण लोक अशाने जाताहेत होय? मग चरफडत मुकाट्याने त्याने मोकळे फुलपात्र उचलले आणि कोठीच्या खोलीकडे गेला. आमच्या गजानेही तीन-चार पैसे उचलले. माझ्या मात्र वाटणीला काही फारसे आले नाही. एक आणेली तेवढी घरंगळत माझ्याजवळ आली होती तेवढी मी उचलली.

अशी मजा झाली....

तेवढ्यात पानसुपारी आमच्याकडे आली. खरे म्हणजे पानसुपारी फक्त पाटावरच्या भटजींना देतात. आम्हाला देत नाहीत; पण मी नेहमी मागून घेतो. पानसुपारी, गुच्छ, अत्तर, सगळे काही. लोकांना कळत नाही, त्यांना कुणी दिली तर ते घेतात. नाही तर उठून आपले चालायला लागतात.

मी पानसुपारीवाल्याला हाक मारली तेव्हा तो म्हणाला,

“तुम्हाला दिली ना?”

मी मान हलवून सांगितले, “छ्या! मुळीच नाही. हे बघा, हातात काही आहे का?”

मी माझे रिकामे हात त्याला दाखविले तेव्हा त्याने मुकाट्याने सगळे साहित्य दिले. मग गजाला हाक मारून त्यालाही सगळे द्यायला लावले आणि त्याच्या हाताला धरून बाहेर पडलो.

दुपारचे अकरा वाजून गेले असावेत. ऊन चपचपू लागले होते आणि डोक्याला चांगलेच लागत होते. माणसे भराभर घाईने बाहेर पडत होती. डोक्यावर पदर घेऊन

बायका लगबगीने चालल्या होत्या. जेवणवेळ होत आली होती आणि पोट कळवळत होते.

मी गजाला म्हणालो, ''गजा, तुझ्याजवळ किती पैसे जमले रे?''

गजा पैसे मोजत म्हणाला, ''सहा.''

सहा? शाबास. एवढ्या वयात त्याने सहा पैसे गोळा केले म्हणजे काही वाईट काम नाही. म्हणजे पुढे या पोराची अजिबात काळजी करायचे कारण नाही. रोज चार-आठ आणे तो कुठेही मिळवील. तेवढे पुष्कळ झाले प्रपंचाला....

मग हॉटेलात शिरून मी चहा मागविला आणि दोघेही बापलेक चहा प्यालो. चहाचे हे प्रकरण बरे असते. जेवायला दोन-दोन वाजले तरी भूक लागत नाही. लग्नघरातली जेवणे तर नेहमीच उशिरा असतात. त्यामुळे चहा घ्यायलाच पाहिजे होता.

चहा पिऊन जिभेने ओठ चाटीत आणि धोतराने तोंड पुशीत मी टाळू खाजवीत स्वस्थ बसलो. कुठेतरी वेळ काढायचाच होता म्हणून उगीच बसलो. गजा भिंतीला लावलेल्या सिनेमाच्या नट्यांच्या फोटोकडे बघत होता. थोड्या वेळाने एका नटीकडे बघत बोट दाखवून तो म्हणाला,

''बरं का अण्णा, ही नटी आहे ना, ती शिनेमात फार मस्त दिसती.''

मी तिकडे टक लावून बघितले. खरेच, त्या बाईचा चेहरा मोठा फायनाबाज दिसत होता. कोठेतरी सिनेमात तिला बघितल्यासारखे वाटत होते खरे; पण कोठे हे काही आठवेना. हे सिनेमातले चेहरे मुळीच माझ्या लक्षात राहत नाही.

''आहे खरी,'' मी म्हणालो, ''काय नाव म्हणालास त्या शिनेमाचं?''

गजाने कुठले तरी हिंदी नाव मला सांगितले. माझ्या काही ते लक्षात राहिले नाही. मला गजाचे मोठे कौतुक वाटले. या पोरांच्या ध्यानात ही नावे कशी पटापट राहतात. गजा फार हुशार आहे. त्याला हिंदीसुद्धा कळते. मला फारसे समजत नाही म्हणा. फार तर शिव्याबिव्या असल्या तर तेवढ्या कळतात. ही माझी पंचाईत होते. त्यामुळे मी हिंदी सिनेमा फारसा बघत नाही.

म्हणून मी उत्सुकतेने विचारले, ''काय फ्लाट आहे या शिनेमाचा?''

गजा गोष्टीचा फ्लाट मला सांगणार होता, पण तेवढ्यात नारशीव पैलवान माझ्याजवळ आला. माझ्या खांद्यावर थाप ठोकून म्हणाला,

''काय अण्णा, आज रात्रीच्याला येणार का?''

नारशीवने असे म्हटल्यावर एकदम माझ्या ध्यानात आले नाही. मी विचारले, ''का? आज काय कार्यक्रम?''

''कार्यक्रम? भले... अरे, हिरी कोपरगावकरीण नाही का आज? सगळा तिचा ताफा आलाय की सकाळीच.''

"आज तमाशा सुरू आहे म्हणा की!"

"सोळा आणे आहे."

"मग येणारच. हिरीचा तमाशा मी एकदा तरी बुडवलाय का सांग तूच."

"मग मी तरी बुडविलाय का?"

"मग झालं तर." असं म्हणून मी खिसे चाचपले तेव्हा मघाशी मिळालेला आणा-दीड आणा हाताला लागला. थोडेसे कमी पडत होते म्हणा, पण गजाचे पैसे होतेच. दोन्ही मिळून दोन आण्यांच्या तिकिटांची भर बरोबर होत होती. सगळे कसे व्यवस्थित जमत होते.

"ठरलं रे मग!"

मी मान हलविली. मग आम्ही दोघांनी मिळून हिरीच्या पुष्कळ गप्पा केल्या. पैलवानाने पान-तंबाखू काढली. पान खाऊन तंबाखूची चिमट वर सोडून दोघांनीही बराच वेळ गुळणी धरली. मग पिचकाऱ्या टाकल्या आणि बाहेर पडलो.

दुपारचा एक-दीड झाला असावा. ऊन आता चांगले डोक्यावरून पलीकडे सरकले होते आणि पाय चटाचटा पोळत होते. नाही म्हटले तरी पोटात ओरडू लागले होतेच.

लग्नघरच्या ठिकाणी आता बाहेर शुकशुकाट होता, नाही म्हणायला फासेपारध्याच्या चार बाया, पोरे आरडत ओरडत भीक मागत उभी होती. कशी यांना बित्तंबातमी बरोबर लागते, देव जाणे. पण कुठलेही जेवण, लग्न, मुंज असली की बरोबर हजर लेकाचे. अगदी आमंत्रण दिल्यासारखे जागेवर 'ठ्यां' म्हणून उभे. कमाल आहे बुवा या लोकांची.

मनाशी असे आश्चर्य करीत मी आणि गजा आत शिरलो, तेव्हा पंक्ती बसायला लागल्या होत्या. पाने सगळी वाढून तयार होती आणि लोक बसतच होते. बायका भाताच्या मुदी, वरण, तूप वाढीत होत्या. घरातले लोक सोवळी नेसून हिंडत होते आणि आचारी-पाणक्यांची घाई चालली होती. चौकात सगळीकडे पंक्तीच पंक्ती होत्या. त्यामुळे जिकडेतिकडे गडबडच होती. आमच्याकडे कुणाचेच लक्ष नव्हते.

मी गजाला सांगितले,

"गजा, जा, पळ. कुठल्यातरी पंक्तीत जाऊन बस झटकन अन् मोकळं असलं तर माझंही पान धरून ठेव."

गजा तिकडे गेला आणि मी धोतराचा काचा मारून स्वैपाकघरात गेलो. हाताला आमटीचे पातेले लागले. तेच उचलून बेधडक पंक्तीत शिरलो आणि 'आमटी आमटी' करीत ओरडत गेलो. खरे म्हणजे आमटी तिथे नुकतीच वाढली होती आणि ती संपलीही नव्हती. कारण जेवायला अजून कुठे सुरुवात होत होती; पण मी आपली बळेबळेच आग्रह करून सगळ्यांच्या पानात आमटी ओतली. काहीजण

नको म्हणत असतानासुद्धा.

थोडेसे इकडेतिकडे केले आणि नंतर पातेले ठेवून दिले. गजाने पान धरून ठेवलेच होते. तिथे येऊन निवांतपणे बसलो. घाम पुसला आणि भात कालवायला सुरुवात केली. मग असा सपाटून जेवलोय म्हणता! आधीच कडकडून भूक लागली होती आणि त्यात असे सोन्यासारखे अन्न पुढे आलेले. मरेस्तोवर जेवलो. ढीगभर भात, सात-आठ बुंदीचे लाडू, पुन्हा मागचा ढीगभर भात, इतके पोटात गेले तेव्हा बरे वाटले. आमचा गजाही सपाटून जेवला. तसे ते पोरगे दिसायला हडकुळे दिसते, पण खायला फार जबर आहे बरं का. त्यानेही चारी ठाव जेवण केले. निदान पाच लाडू तरी खाल्ले असले पाहिजेत बेट्याने. उद्या मोठा झाला म्हणजे माझ्यावरसुद्धा कडी करणार लेकाचा. स्वतःच्या पानासमोर आलेली दक्षिणा त्याने खिशात टाकलीच, पण जेवणारे लोक उठले तेव्हा लोकांच्या पानासमोरची विसरलेली दक्षिणाही त्याने भराभरा उचलली. निदान तीन-चार पैसे तरी पुन्हा मिळाले गाढवाला.

हात धुऊन आम्ही कपडे घातले. मग पानसुपारी घेऊन पानाचा गरगरीत बेत केला. तंबाखूची चिमट उचलून तोंडात टाकीत उठलो आणि बाहेर पडलो घराकडे आलो. बराच उशीर झाला होता. घरी बायको वाटच बघत होती.

आम्हाला बघितल्यावर ती म्हणाली,

"आलात एकदाचे? कुठे होता इतका वेळ?"

पोटावरनं हात फिरवीत मी म्हणालो, "आम्ही जेवून आलो बरं का!" आणि एक प्रचंड ढेकर दिली.

तेवढ्यात गजाने खिशातून दोन-तीन बुंदीचे लाडू काढले आणि हिच्यापुढे ठेवले. म्हणाला,

"हे बघ आई, काय मजा आणलीय मी?"

बायकोने लाडू उचलले आणि बाजूला ठेवून दिले. रागावून म्हणाली,

"हात दोडानो तुमची."

मी गांगरून विचारले, "आता काय झालं आणखीन?"

"अहो, जेवून कशाला आलात?"

"का बरं?"

"कुठला तरी महाराज आलाय गावात. त्याच्याकडे जेवण आहे ना आता. पंक्तीवर पंक्ती चालल्यात की. सबंध गाव लोटलंय नुसतं तिकडं."

"हात्तिच्या, एवढंच ना! कुठंतरी जेवायचंच!"

"ते खरं. पण तिकडे माणशी पावली-पावली दक्षिणा होती ना!"

मी तोंड 'आ' करून म्हणालो,

"काय म्हणतीस काय तू? खरं?"

"तर हो."

"अगं, मग मला आधीच सांगायचं नाहीस? जेवलो नसतो तिकडं. नाही तर थोडं जेवलो असतो."

मी असे म्हणालो आणि डोळे मिटून काय करावे याचा विचार करीत उभा राहिलो. चांदीची पावली सारखी डोळ्यांपुढे यायला लागली. रात्रीचा फड एकदम नजरेसमोर आला. हिरी कोपरगावकरीण म्हणजे काय काम होते महाराजा!... आणि तिची ती पेटंट लावणी, कोणती बरे?... हां, 'आम्ही काशीचे ब्राह्मण'... छे:! छे:! आजचा कार्यक्रम बुडवून चालण्यासारखा नव्हता.

मी थोडा वेळ थांबलो. मग म्हणालो,

"पावली सोडून चालायचं नाही. हा निघालोच तिकडे जेवायला!"

□

# गवत

रात्रभर पाऊस पडून पहाटे थांबला होता. आता आभाळ निवळले होते. सकाळ उजाडली होती आणि स्वच्छ सूर्यप्रकाश सगळीकडे पसरला होता. हवेत गारठा होता. गार वाऱ्याच्या झुळकी मध्येच अंगावर येऊन काटा फुलत होता. बाहेर रस्त्यावर सर्वत्र चिखल झाला होता आणि गढूळ पाण्याची डबकी ठिकठिकाणी साठली होती.

घराच्या उंबऱ्यावर बसून बापू उगीच बाहेरची गंमत पाहत होता. नुसते धोतर नेसून उघड्या अंगाने बसला होता. त्याच्या छातीवर, पाठीवर, दंडावर, कानात केसच केस होते. त्यामुळे तो एखाद्या अस्वलासारखा दिसत होता. जानव्याला लावलेल्या किल्ल्यांच्या जुडग्याशी चाळा करीत तो उगीच इकडेतिकडे पाहत होता.

थोड्या वेळाने महाराचा बाबू रस्त्याने चाललेला दिसला, तेव्हा बापूला एकदम आठवले. त्याने उगीच थोडासा विचार केला आणि मग एकदम हाक मारली,

''ए बाबू –''

रामा महाराचा तरणाताठा पोरगा बाबू आपल्याच नादात भराभरा चालला होता. त्याचे आजूबाजूला लक्ष नव्हते. त्यामुळे बापूने हाक मारल्यावर तो दचकला. जागच्या जागीच थांबून त्याने इकडेतिकडे पाहिले तेव्हा घराच्या उंबऱ्यावर बसून खाली पायऱ्यांवर पाय सोडलेला बापू बामण त्याला दिसला. त्याला आश्चर्य वाटले. आज इतक्या सकाळीच याला आपली आठवण का झाली?

चार पावले चालून बाबू घरासमोर येऊन उभा राहिला. उजवा हात कपाळाकडे नेऊन म्हणाला, ''राम राम.''

''राम राम.''

''मला हाका मारल्या जणू.''

बाबूने मान हलविली. खुणेनेच होय म्हणून सांगितले.

''काय काम हुतं का?''

"च्."

"काय?"

"सांगतो –"

असे म्हणून बापू थांबला. जानव्यातील एक बारीक किल्ली निवडून त्याने ती कानात घातली. कानातील मळ टोकरीत टोकरीत तो विचार करू लागला. आपले काम कशा रीतीने सांगावे म्हणजे ते फायदेशीर ठरेल, याचा विचार करू लागला. या पावसाळ्यात त्याची बरीच आबदा झाली होती. घर सारखे गळत होते. पाऊसकाळ फारसा होणार नाही या कल्पनेने त्याने गाडी तशीच पुढे रेटली होती; पण यंदा पावसाने भलताच नेट धरला होता. एक-दोन दिवसांनी गडी धो धो करून कोसळत होता. रात्ररात्र पडत होता. घर सारखे गळत होते आणि बापूच्या घरात झोपायची पंचायत पडत होती. घरभर जमीन ओली झाली होती आणि तिला पोपडे येत होते. झोपायला एक खणभर कोरडी जागा राहत नव्हती. काल रात्री तर पावसाने भलताच गोंधळ उडवून दिला. सगळ्या घरातून धारा वाहिल्या आणि माणसांना रात्रभर जागरण घडले. खरे म्हणजे यापूर्वीच घराची दुरुस्ती करायला पाहिजे होती. माळवदावर चिकार गवत माजले होते, ते काढून वर नवी पेंड टाकायला पाहिजे. मग घर गळणार नाही. करू करू म्हणून इतके दिवस गाडी ढकलली; पण आता ते लवकर करायला पाहिजे. नाही तर आणखी किती त्रास होईल ते सांगता येणार नाही.

बापूच्या डोक्यात इतका सगळा विचार पक्का झाला होता. त्यासाठीच तो सकाळपासून कुणाची तरी वाट पाहत होता. म्हणून बाबूने विचारल्यावर तो म्हणाला,

"काम म्हणजे असं होतं –"'

"काय?"

"माळवदावर गवत माजलंय फार. ते काढायचंय. काढतोस का?"

बाबूने हे ऐकल्यावर चेहरा वाकडा केला. तोंडावर स्पष्ट नाखुशी दाखविली.

"आणखी काय?"

"आणखी काही नाही. एवढंच काम."

"न्हाई जमायचं मग –"

एवढं बोलून बाबू ताठपणाने चालायला लागला. त्याने मागे वळूनही पाहिले नाही.

बापू आश्चर्याने ओरडून म्हणाला, "अरे, काय झालं?"

"नगं मला." बाबू नुसताच हात पाठीमागे करून म्हणाला.

"का?"

चालता-चालताच थांबून बाबू म्हणाला,

"आवो, कोन करतो आसलं काम? आन् का मिळायचं ह्यातनं? त्यापरीस रोजगारावर गेलो कुठं तर रुपयं-दोन रुपयं मिळतील."

आणि तो सरळ पुढे चालू लागला. लांब गेला.

बापूने मग पुन्हा त्याला हाक मारली नाही. रुपया-दोन रुपयांची भाषा ऐकल्यावर तो हबकलाच. त्याचा एकंदर बेत असा होता की, कुणाला तरी जेवायला घालावे, दोन भाकऱ्या द्याव्यात आणि काम करून घ्यावे. एक दिवसाचे तर काम आहे. त्याला यापेक्षा जास्ती देण्याचे कारण काय? असल्या कामाला रुपया-दोन रुपये द्यायला लागलो म्हणजे आपले दिवाळेच निघेल.

म्हणून बाबूला त्याने पुन्हा हाक मारलीच नाही. 'मायला, काय माजोरी जात आहे बघा –' असे मनाशी पुटपुटत तो तिथेच बसून राहिला. आणखी कुणी भेटते का म्हणून वाट पाहू लागला. असा तासभर गेला. गावातले कुणीकुणी रस्त्याने आले-गेले. बापूच्या घरापाशी थांबून चार-दोनजणांनी गप्पा हाणल्या. इकडच्यातिकडच्या गोष्टी करून त्याचा निरोप घेतला. डबक्यातून पाय घालीत आणि पाणी उडवीत पोरे शाळेला गेली. पाण्याचे हंडे डोक्यावर घेऊन बाया-माणसे गेली. पण गवत काढील असे बापूला कोणी भेटले नाही.

तासाभराने विरुद्ध बाजूने बाबू महारच परत आला. बापूने त्याला पाहिले; पण त्याला त्याच्या उर्मटपणाचा इतका राग आला होता की, तो काही बोलला नाही. बाबूला फिरून हाकही मारली नाही.

पण बाबू चालत आला आणि एकाएकी बापूच्या घरासमोर उभा राहिला. बापूला मोठे आश्चर्य वाटले.

"का रे लेका, का आलास पुन्हा?"

माळवदाकडे दृष्टी लावून बाबू रुक्षपणाने म्हणाला,

"गवात तर दावा. किती हाये बघू?"

गड्याला रोजगार मिळाला नसावा हे बापूच्या ध्यानात आले. बरी जिरली या माजोरी पोराची, असे त्याला वाटले.

"त्यात काय लेका दावायचंय? माळवद आमचं कधी न बघितल्यासारखं करायला लागलाहेस –"

"दावा तर खरं."

"चल."

बापू खुशीने उठला. दरवाज्यामागच्या दगडी जिन्याने दोघेही वर गेले. माळवदावर उभे राहून गवताकडे पाहू लागले.

गवत खरोखरच फार माजले होते. जिन्याच्या दरवाजापासून तो कडेच्या

कुंभीपर्यंत गुडघाभर उंचीचे गवत एकसारखेच सगळीकडे पसरले होते. जिकडे तिकडे नुसती खेचाखेच झाली होती. पाय ठेवायला म्हणून कुठे बोटभर जागा राहिली नव्हती. रात्रीच्या पावसाने ओले-कच्च झाले होते आणि रानगवताचा उग्र वास नाकाला जाणवत होता.

घराच्या शेवटापर्यंत नजर टाकून बाबू म्हणाला,

"आगं अयाया!... लई गचपान झालंय की वो बापू."

बापूने उपरोधाने मान हलवली.

"तर ते! लई गचपान झालंय नाही? काय मर्दा सांगतोस! काय गवताचं बी, बी पेरलं होतं मी वाटतं काय तुला?"

"आवो, पाऊसकाळ काय झालाय या सालाला! समदीकडंच गवात झालंय."

"उगी घोळ घालू नकोस. काढणार का नाही बोल. रिकाम्याराणी कटकट कशाला?"

बाबूने मान हलवून निश्चय दाखविला.

"काढतो. एक रुपाया द्या."

"एक रुपाया? सोळा आणे? आरे, काय बोलतोस काय तू?"

"जास्त सांगत न्हाई बापू."

"तर! कमीच झाले हे न् काय? मेहेरबानी केलीस आमच्यावर बाबा."

"रुपायाखाली परवडत न्हाई मला."

"नाही परवडत तर राहू दे. कुणी ओझं दिलं नाही तुझ्या डोक्यावर."

असे म्हणून बापूने बोलणे तिथेच तोडले. मागे वळून तो सरळ खाली आला. त्याच्यामागोमाग बाबू महारही मुकाट्याने जिना उतरला. एक रुपया देणे हे कसे वाजवी आहे, हे तो सारखी बडबड करून सांगू लागला. वास्तविक हे एका गड्याचे दोन रोजगाराचे काम आहे; पण आपण एका दिवसात ते करून टाकू. माळवदावर एक काडी राहू देणार नाही. पण एक रुपया मात्र मिळालाच पाहिजे, त्याच्या आत काम करणे आपल्याला परवडत नाही – या गोष्टी त्याने पुन्हा पुन्हा बापूला ऐकविल्या.

पण बापू मुळीच बधला नाही. त्रासिक मुद्रा करून तो म्हणाला,

"नाही ना परवडत तुला? मग कुणी बळजबरी केलीय? जा आपल्या वाटेने कसा."

बाबू जाण्यासाठी वळत म्हणाला,

"मग काय द्यावं म्हणता?"

"आता तुला त्याची पंचाईत का? तुला परवडत नाही रुपयाखाली. तू जा बाबा."

"आवो, पर सांगचाल तर खरं."

बापूचे मनात सगळे ठरले होते. पण वरकरणी त्याने उगीचच विचार केल्यासारखे दाखविले. वर तोंड करून माळवदावरल्या गवताचा पुन्हा एकदा अदमास घेतला. जीभ थोडी बाहेर काढून दोन्ही ओठ घट्ट दाबीत तो म्हणाला,

"हे बघ गड्या, दुपारची भाकरी देईन. इथंच खायची अन् काम करायचं. संध्याकाळच्याला जाताना चार आणे कमरेला लावून जायचं."

बाबू चिडला. रागारागाने हातवारे करून म्हणाला,

"चार आण्यात कोन काम करायला लागलंय? नगं मला. असला पालथा धंदा कुनी सांगितलाय?"

"नको करूस की. आं? एवढा इस्टुर फाकडा आहेस तर आलास कशाला?"

बापूचे हे बोलणे बाबूला फार लागले. रागारागाने बापूकडे पाहून तो वळला. काही न बोलता मुकाट्याने दाराबाहेर पडला.

स्वयंपाकघराच्या दारावर हात ठेवून बापूची बायको उभी होती. या दोघांचे भाषण ऐकत होती. बाबू दाराबाहेर पडून निघून गेल्यावर ती म्हणाली,

"आं? का घालवलं त्याला? आणखीन चार-दोन आणे कमी-जास्त करायचे. देऊन टाकायचं काम–"

बापू बायकोकडे तिची कीव केल्यासारखा बघू लागला.

"झालं! बोललीस? तरी म्हटलं अजून तुझा आवाज कसा काय आला नाही?"

"अहो, पण कामं लांबणीवर का टाकायला लागलाहात? चट्दिशी घ्यायचं गवत काढून. पेंड टाकायची."

"आगं, गवत उद्याच्यालाच निघतंय. त्याची काळजी नको."

"कोण काढतंय?"

"हा बाबूच काढतोय बघ."

बायकोने मान हलविली. मतभेद दाखविला.

"मला नाही वाटत तो परत यील म्हणून."

"पाया पडत येतोय. तू जरा थांब. गंमत बघ."

एवढं बोलून बापू हसला. आपली सकाळची अंघोळ या गडबडीत तशीच राहिली आहे हे त्याच्या ध्यानात आले. लांब टांगा टाकीत तो ओसरीवरून परसदारात गेला. आडावर बसून त्याने पोहऱ्याने पाणी काढले. दगडी डोण पाण्याने भरला. मग आरामशीर दगडी फरशीवर बसून त्याने चार तांबे अंगावर ओतून घेतले.

हळूहळू ऊन झाले, कडक तापले. सूर्य डोक्यावर आला आणि पुढे सरला. उकाडा चांगलाच वाटू लागला. संध्याकाळी पुन्हा पाऊस येईल की काय अशी

धास्ती वाटावी इतका उकाडा वाढला. वारा बंद झाला. आभाळ हळूहळू गोळा होऊ लागले. त्याचा निळा रंग बदलून काळा होऊ लागला. सूर्य झाकला गेला. उन्हे कमी होऊन अंधारल्यासारखे झाले आणि दिवस लवकर संपुष्टात आल्यासारखे उगीचच वाटू लागले.

बापूची अंघोळ, देवपूजा, जेवण या सगळ्या गोष्टी केव्हाच आटोपल्या होत्या. तास-दोन तास झोप झाली होती. उठून चूळ भरून तो दातकोरण्याने दातातील घाण टोकरत बसला होता. आता काय नेमके करावे याचा विचार करीत होता.

एवढ्यात बायकोने हाक मारली. मग खोलीत येऊन सांगितले,

"बाबू आलाय बघा बाहेर."

बापूने चट्‌दिशी बायकोकडे अशा दृष्टीने पाहिले की बायको उमजली. 'बघ, मी तुला काय सांगत होतो! म्हणालो तसं झालं की नाही?' इतका सगळा अर्थ त्या दृष्टीत होता.

"केव्हा आलाय?"

"आत्ताच."

"कुठं बसलाय?"

"अंगणात."

"आलोच."

असे म्हणून बापूने आळोखेपिळोखे दिले. मग तो उठला आणि अंगणात गेला.

बाबू अंगणातल्या पायरीवर बसून राहिला होता. त्याचे तोंड उतरले होते. मान खाली घालून तो हाताच्या बोटाने दोन दगडांमधील माती टोकरीत होता. बापूची चाहूल लागल्यावर त्याने मान वर केली.

चेहरा न ढळवता बापू सहज सुरात म्हणाला,

"का रे बाबू? का आला होतास?"

बाबूने त्याच्याकडे निराश दृष्टीने पाहिले. सकाळच्या खडखडीत बोलण्याचा, तावीट मुद्रेचा आता त्याच्या तोंडावर पत्ताही नव्हता. आता त्याचे तोंड काळवंडले होते. डोळ्यात तेज नव्हते.

पराभूत आवाजात तो बोलला,

"देऊन टाका की मालक तेवढं काम. करून टाकतो आत्ताच्याला."

बापूने चिडल्यासारखे केले.

"आत्ताच्याला काय करणार तू! दिवस बुडत आला. आता विचारायला आलास व्हय?"

"आवो, जेवडं हुईल तेवडं. बाकीचं उद्या सकाळच्याला करतो की. मग काय हाय का?"

"बरं, काय घेणार मग तू?"

बापूने डोक्याच्या पाठीमागे हात नेऊन खाजविले.

"काय तुमी सांगचाल तसं. भाकरी द्या आन् वर काय चार-आठ आने द्याल ते."

बापूने कपाळाला आठ्या घातल्या. तरातरा अंगणात येऊन त्याने दारातून आत शिरू पाहणारी कुणाची तरी शेळी थिर्र थिर्र करून हाकलली. तिला दाराबाहेर काढून तो परत आला. मग खणखणीत आवाजात म्हणाला,

"आता तुला शहाणपणा सुचला व्हय? आभाळ केवढं आलंय भरून बघितलंस काय?"

आपल्या शहाणपणाचा आणि आभाळ भरून येण्याचा काय संबंध आहे हे बाबूला कळले नाही. तो बापूकडे बघतच राहिला. काही न बोलता बघत राहिला.

बापूने एकदा उत्तराच्या अपेक्षेने बाबूकडे पाहिले; पण बाबू काहीच बोलला नाही. तसाच गपचूप बसून राहिला, हे बघून त्याला आणखी जोर आला. आरडाओरडा, हातवारे करीत तो म्हणाला,

"लेका, आज पाऊस आला आन् पुन्हा घर गळलं तर नुकसानी कोण भरून देणार माझी? आं? वेळेवर होय म्हणाला असतास, तर आत्तापर्यंत गवत काढून झालं असतं का नाही? एव्हाना पेंड टाकून मोकळा झालो असतो मी. तुम्हाला खरोखर लोकांच्या नुकसानीची काय किंमतच नाही."

बापूने मग असा भडिमार केला की, बाबूला अक्षर बोलता आले नाही. एखाद्या चोरासारखा तो गप्प बसून राहिला. शेवटी म्हणाला,

"चुकी झाली बापू माजी – मग हाये का?"

"तुझी चुकी झाली. पण मला केवढ्याला पडलं ते?"

"कबुल हाय की. मी कुटं न्हाई म्हनतोय. पण आत्ता द्या की."

बापूने मान हलविली. नकार दर्शविला.

"आता गड्या, चार-आठ आणे-बिणे काय देणार नाही तुला, सांगून ठेवतो. एक पैसा मिळायचा नाही."

"मग?"

"तसं भाकरीवारी काम करणार असलास तर कर. नाही तर मला भानगडच नको तुझी. दुसरा कुणीही बघेन मी."

बाबू हतबुद्धच झाला. काय बोलावे हे त्याला कळेना. चेहऱ्यावर दीनवाणेपणा आणून तो किनऱ्या आवाजात म्हणाला,

"आता आसं का करता वो! सक्काळच्याला तुमी म्हणला चार आने –'"

"सक्काळचं सकाळी गेलं. आता त्याची भाषा पुन्हा काढायची नाही."

“मग?”

“मग काय?” बापूने बेफिकीरपणे सांगितले, “वाटलं भाकरीवारी करावं तर कर. नाही तर चालू लागायचं बघ बरं.”

बापूचे हे बोलणे ऐकून बाबूला तिरीमिरीच आली. त्याच्या डोक्याचा भडका उडाला. काही न बोलता तो पुन्हा उठला. जाता जाता म्हणाला,

“आता पुन्यांदा मी येयाचा न्हाई. मागनं म्हणचाल –”

“काय म्हणत नाही अन् बिणत नाही. जा.”

बाबूने पुन्हा एकदा बापूकडे पाहिले. पण बापू मख्खासारखा तसाच उभा राहिला. मग बाबूने मान खाली घातली आणि पुन्हा मागे न वळता तो भराभरा निघून गेला. दाराबाहेर पडून दिसेनासा झाला.

बायको दाराशी पुन्हा येऊन म्हणाली,

“अहो, काय मांडलंय काय तुम्ही? गवत काढायचं का नाही? उगी का चाळवण्या दाखवताय त्या गरिबाला?”

बापू पायऱ्या चढून ओसरीवर आला. म्हणाला,

“चाळवण्या कशाबद्दल? गवत काढायचंय ना!”

“मग आसं का? चांगला कबूल झाला होता चार आण्यावर, तर द्यायचं सोडलं–”

“तुला कळत नाही. उगी गप बस बरं.”

असं म्हणून बापूने ओसरीवरच्या खुंटीवर अडकविलेला मळका सदरा घेतला आणि स्वत:च्या अंगात अडकविला. डोक्याला काळी टोपी चढविली. धोतराच्या निऱ्या त्यातल्या त्यात नीटनेटक्या केल्या. मग बायकोला म्हणाला,

“जरा जाऊन येतो गं बाहेर. देशमुखाकडनं जाऊन येतो.” आणि लगबगीने तो बाहेर पडला.

बापू परत घरी आला त्या वेळी बरीच रात्र झाली होती. जिकडे-तिकडे अंधारगुडुप होऊन गेला होता. माणसे केव्हाच घरोघर आली होती. जेवणीखाणी आटोपून निवांतपणे इकडच्या-तिकडच्या गप्पा करीत होती. आभाळ आता चांगलेच भरले होते. मधूनमधून गार वारे वाहत होते. एखादा थेंब टपदिशी खाली पडत होता.

नेहमीप्रमाणे बापू उशीर करून परत आला. घटकाभर निवांत बसून मग त्याने हातपाय धुतले. जेवण आटोपले. ओसरीवर येऊन कंदिलाच्या उजेडात पान खाल्ले. तंबाखूची चिमट तोंडात टाकली.

तेवढ्यात उघड्या दरवाजापाशी खडबड झाली. कुणाचे तरी पाय वाजले. बापूने कानोसा घेतला. मग विचारले,

“कोण आहे?”

– आणि कंदील वर करून त्याने बघितले.

"मी हाय जी."

असे म्हणून दरवाज्यातून मान खाली घालून बाबू महार हळूहळू चालत अंगणात आला. मुकाट्याने येऊन पायरीवर बसला.

बापू थंडपणे म्हणाला,

"का रे बाबू? का आलास?"

अंधारात तोंड दिसले नाही, पण निर्जीव आवाजात शब्द आले,

"गवत काडतो की जी मी."

"काढ की. मी कुठं नाही म्हणतोय? पण पैसा मिळायचा नाही. आसलं कबूल तर काढ."

"कबूल हाये."

बाबूचे हे उत्तर ऐकून बापू खूश झाला.

"मग ये उद्याच्याला. सकाळधरनं लाग कामाला."

"व्हय येतो की –"

एवढं बोलून बाबू थांबला. मग उठून उभा राहिला. बापूकडे उगीच पाहत राहिला.

"काय रे? का थांबलाहेस आता?"

बापूचा हा प्रश्न ऐकून बाबू एकदम हलला, दोन पायऱ्या चढून वर आला, खाली बसला आणि एकाएकी कळवळून म्हणाला,

"आता उद्याची भाकरी तरी आजच्याला द्या की. सकाळधरनं पोटात काय न्हाई."

□